വിജ്ഞാനവർഷം

പുസ്തകം 112

ഗുഹയെൻ ഗൃഹം

guhayen griham

•

gifu melatoor

•

first edition
october 2014

•

typesetting
abhinand

•

published
chintha publishers, thiruvananthapuram

•

printed
akshara offset, thiruvananthapuram

•

cover
alice

വിതരണം

ദേശാഭിമാനി ബുക്ക് ഹൗസ്

H O തിരുവനന്തപുരം-695 035
phone: 0471-2303026, 6063026
www.chinthapublishers.com
chinthapublishers@gmail.com

ബ്രാഞ്ചുകൾ

ഹെഡ്ഡാഫീസ് ബ്രാഞ്ച് കുന്നുകുഴി • സ്റ്റാച്യു തിരുവനന്തപുരം • കെ എസ് ആർ ടി സി ബസ് സ്റ്റേഷൻ ആലപ്പുഴ • കെ എസ് ആർ ടി സി ബസ് സ്റ്റേഷൻ എറണാകുളം • ചിറ്റൂർ റോഡ് എറണാകുളം • മച്ചിങ്ങൽ ലെയ്ൻ തൃശൂർ • ഐ ജി റോഡ് കോഴിക്കോട് • മാവൂർ റോഡ് കോഴിക്കോട് • എൻ ജി ഒ യൂണിയൻ ബിൽഡിങ് കണ്ണൂർ • സെൻട്രൽ ബസ് ടെർമിനൽ കോംപ്ലക്സ് താവക്കര കണ്ണൂർ

CO - VV.112 / 2119 / 3550

ഗുഹയെൻ ഗൃഹം

ഗിഫു മേലാറ്റൂർ

ചിന്ത പബ്ലിഷേഴ്സ്
തിരുവനന്തപുരം-695 035

ഗിഫു മേലാറ്റൂർ

വള്ളുവനാട് താലൂക്കിലെ മേലാറ്റൂരിൽ ജനനം. ആർ എം എച്ച് എസ് മേലാറ്റൂർ, പി ടി എം ഗവൺമെന്റ് കോളേജ് പെരിന്തൽമണ്ണ, ഗവ. പോളിടെക്നിക് അങ്ങാടിപ്പുറം എന്നിവിടങ്ങളിൽ വിദ്യാഭ്യാസം. റിയാദിലെ അൽ-മുഗ്നി പബ്ലിക്കേഷനിൽ ജോലി ചെയ്തു. ബാലസാഹിത്യ രംഗത്തും വൈജ്ഞാനികരംഗത്തും നിരവധി പുസ്തകങ്ങൾ പ്രസിദ്ധീകരിച്ചു. 44 നോവലുകളും ആയിരത്തോളം കഥകളും സ്ക്രിപ്റ്റുകളും വൈജ്ഞാനികസാഹിത്യലേഖനങ്ങളും എഴുതിയിട്ടുണ്ട്. ഈ വിഷയങ്ങളിൽ ഇപ്പോഴും സജീവം.

വിലാസം : മേലേടത്ത്
മേലാറ്റൂർ പി ഒ
മലപ്പുറം - 679326

ഫോൺ : 9946427601

ഉള്ളടക്കം

പ്രസാധകക്കുറിപ്പ്

പുതിയൊരു മേഖലയിലേക്കാണ് ഈ പുസ്തകം നമ്മെ കൊണ്ടുപോകുന്നത്. ഗുഹകളുടെ ലോകം. ആദിമ മനുഷ്യൻ പാർപ്പുറപ്പിച്ചിരുന്ന ഗുഹകൾ പ്രകൃതിയുടെ നിഗൂഢതകൾ ഒളിപ്പിച്ചിട്ടുള്ള ഇടങ്ങളാണ്. ഗുഹാന്തർഭാഗം പോലെതന്നെ ഇരുളടഞ്ഞതാണ് ഗുഹകളെപ്പറ്റിയുള്ള ധാരണകളും. ഗുഹ എന്ന ഭൗതിക പ്രതിഭാസത്തിന്റെ ഉള്ളിലേക്കു കടന്നുപോകുന്ന രചനയാണ് *ഗുഹയെൻ ഗൃഹം.* ഗുഹകളെപ്പറ്റി അറിയേണ്ടതെല്ലാം ഇതിലുണ്ട്. ചിന്തയുടെ വിജ്ഞാനവർഷം പരമ്പരയിലെ 112-ാമത്തെ പുസ്തകം

ചിന്ത പബ്ലിഷേഴ്സ്

ആമുഖം

ഗുഹ ഒരു ചെറിയ കഥയല്ല....!

കൂട്ടുകാരുടെ പ്രിയങ്കരനായ നായകകഥാപാത്രം ഫാന്റത്തിന്റെ വാസസ്ഥലം ഏതാണ്? അതറിയാനാണോ പാട്, അല്ലേ? ആഫ്രിക്കൻ വനാന്തർഭാഗത്തെ തലയോട്ടിയുടെ രൂപമുള്ള ഒരു വലിയ ഗുഹയിൽ ഫാന്റം പരമ്പര ഇന്നും ജീവിച്ചിരിക്കുന്നുണ്ട് എന്ന് ആരാധകർ വിശ്വസിക്കുന്നു. വലിയൊരു വെള്ളച്ചാട്ടത്തിന്റെ പിറകിലാണ് ഈ രഹസ്യഗുഹ സ്ഥിതിചെയ്യുന്നത്. ഇതുപക്ഷേ, സാങ്കൽപ്പികകഥയും ഗുഹയും മാത്രം! എന്നാൽ, ഒരുകാലത്ത് മൃഗങ്ങളെപ്പോലെ മനുഷ്യരും ഗുഹകളിൽ വസിച്ചിരുന്നുവെന്നു കേൾക്കുമ്പോഴോ...? അതിശയം തോന്നുന്നുണ്ടോ....? എങ്കിൽ വാസ്തവം തന്നെയാണു കേട്ടോ, ഇക്കാര്യം.....!

പണ്ട്, അതായത് ഒരുപാടൊരുപാടു വർഷങ്ങൾക്കുമുമ്പ്, ഇന്നത്തെ എയർകണ്ടീഷൻ ചെയ്ത ഹൈടെക് വീടുകളും സൗകര്യങ്ങളുമൊക്കെ വരുന്നതിനുമുമ്പ് കാനനവാസിയായ മനുഷ്യൻ പാർത്തിരുന്നതും സാധനങ്ങൾ സൂക്ഷിച്ചിരുന്നതും ഗുഹകളിലായിരുന്നു. കാറ്റും മഴയും കാട്ടുതീയുമുണ്ടായപ്പോൾ അതിൽനിന്നു രക്ഷനേടാൻ കാനനമനുഷ്യൻ അറിയാതെ ഓടിക്കയറിയതായിരിക്കാം ഗുഹകളിൽ.... അലഞ്ഞുനടന്ന് അന്നം കണ്ടെത്തിയിരുന്ന പ്രാചീനമനുഷ്യന് ഗുഹകൾ സംരക്ഷണത്തിന്റെയും സൗകര്യങ്ങളുടെയും ആശ്വാസം നൽകി. അതോടെ അലച്ചിൽ മതിയാക്കി അവൻ ഗുഹകൾ വാസസ്ഥലമാക്കുകയായിരുന്നു.

മനുഷ്യന്റെ കലാവാസനകളെ പരിപോഷിപ്പിക്കാനും ഗുഹകൾ കാരണമായി. ജീവിതത്തിന്റെ ഇടനേരങ്ങളിൽ പച്ചിലകൊണ്ടും കാവിമണ്ണുകൊണ്ടും അവൻ താൻ കണ്ട ദൃശ്യങ്ങൾ ഗുഹാഭിത്തികളിൽ കോറിയിട്ടു. മൃഗങ്ങളും പക്ഷികളും മനുഷ്യരൂപവും വേട്ടയും ആയുധങ്ങളുമെല്ലാം അങ്ങനെ ഗുഹകളിൽ നിറഞ്ഞുനിന്നു. ആയുധങ്ങളായ കല്ലു

ളിയും മറ്റുമുപയോഗിച്ച് പാറകളിൽ ലിപിയും ചിഹ്നങ്ങളും മൂർത്തികളും കൊത്തിവെച്ചു. അതുകൊണ്ടുതന്നെ പഴയകാല മാനവചരിത്രരചനയ്ക്ക് ഗുഹകളും ചിത്രപ്പണികളും ഒട്ടൊന്നുമല്ല സഹായകമായത്.

അതെ, ആ ആദിമഗേഹങ്ങളെക്കുറിച്ചുതന്നെയാണ് ഇനി നമ്മൾ മനസിലാക്കാൻ പോകുന്നത്. രസകരവും അതിശയം നിറഞ്ഞതുമാണ് ഗുഹകളെക്കുറിച്ചുള്ള അന്വേഷണങ്ങൾ. 'സ്പീലിയോളജി' എന്നറിയപ്പെടുന്ന ഗുഹാഗവേഷണം ചരിത്രത്തെ അടുത്തറിയാൻ നമ്മളെ സഹായിക്കുന്നു.

പലതരം ഗുഹകൾ, ആദിമമനുഷ്യന്റെ ഗുഹാബന്ധം, ലോകത്തിലെയും ഇന്ത്യയിലെയും കേരളത്തിലെയും ഗുഹകൾ, ഗുഹാക്ഷേത്രങ്ങൾ, ഗുഹാഗവേഷണം, ഗുഹാജീവികൾ, ഗുഹാലോകത്തു നിന്നുള്ള നുറുങ്ങറിവുകൾ തുടങ്ങി അറിവുകളുടെ വലിയൊരു ലോകം നിങ്ങൾക്കു മുന്നിൽ തുറക്കുകയാണിവിടെ, ഈ കുഞ്ഞുപുസ്തകത്തിലൂടെ....ഒപ്പം മനോഹരമായ ചിത്രങ്ങളും.

1

ഗുഹ എന്നാൽ.....

അതിപുരാതന ശിലായുഗം മുതൽക്കുതന്നെ പ്രകൃതിദത്തമായ ഗുഹയറകൾ പാർപ്പിടമായും ആരാധനാകേന്ദ്രങ്ങളായും മനുഷ്യൻ സൗകര്യപ്പെടുത്തിയിരുന്നു. എന്നാൽ ഗുഹകളെക്കുറിച്ചുള്ള അറിവ് മനുഷ്യൻ സ്വായത്തമാക്കുംമുമ്പ് ആഴമുള്ള ഗുഹകൾ, അഗ്നിപർവത സ്ഫോടന ഫലമായോ ഭൂചലനവുമായി ബന്ധപ്പെട്ടോ ആയിരിക്കാം രൂപപ്പെട്ടത്

ഗുഹ

എന്നാണ് ധരിച്ചിരുന്നത്. ഭൂമിയുടെ പരിണാമപ്രക്രിയകൾ മനസിലാക്കുന്നതിനുള്ള പഠനവേളയിൽ പതിനെട്ടാം നൂറ്റാണ്ടിലാണ് ഗുഹകളെക്കുറിച്ചും പഠനം ആരംഭിക്കുന്നത്. ഭൂമിയിലെ വിള്ളലുകളും ഓവുചാലുകളും പാറമടകളും ഗുഹകളുടെ ഗണത്തിൽ പരിഗണിക്കപ്പെടേണ്ടതാണെങ്കിലും ഭൂവിജ്ഞാനത്തിൽ പൊതുവെ അംഗീകരിച്ചിട്ടുള്ളത് മണ്ണിനടിയിലേക്കും വ്യാപിച്ച സാമാന്യവലുപ്പത്തിൽ അറകളായോ മച്ചുകളായോ കാണപ്പെടുന്ന ഗഹ്വരങ്ങൾ മാത്രമാണ്. പാറയും മണ്ണും രൂപപ്പെടുത്തുന്ന ഒരു മേലാപ്പ് ഗുഹകളുടെ ആവശ്യഘടകമാണ്. ഇരുളടഞ്ഞവയും ചിലപ്പോൾ മനുഷ്യനു കടന്നുപോകാൻ കഴിയുന്നത്ര നീളമേറിയതുമായിരിക്കും ഇവ. ഗുഹകളുടെ സാമാന്യമുള്ള കൊച്ചുഭൂരൂപങ്ങളെ ഗഹ്വരങ്ങൾ (Caverns) എന്നാണ് പറയുന്നത്. കാലാവസ്ഥയിൽ ഉണ്ടാകുന്ന വ്യതിയാനങ്ങൾ ചുണ്ണാമ്പുകൽപ്പാറപോലുള്ള വസ്തുക്കളെ ലയിപ്പിച്ചു മറ്റൊന്നാക്കിമാറ്റുന്നതിന്റെ ഫലമായാണ് മിക്കഗുഹകളും ഗഹ്വരങ്ങളും ഉണ്ടാകുന്നതത്രെ.

എയർകണ്ടീഷൻ വീടുകൾപോലെ

മാംസവും പച്ചക്കറിയുമൊക്കെ കേടുകൂടാതെ സൂക്ഷിക്കാൻ ഇന്നു നമ്മൾ റഫ്രിജറേറ്ററാണല്ലോ ഉപയോഗിക്കുന്നത്. അന്നത്തെ ഗുഹകളിൽ ഒരു യന്ത്രസംവിധാനവും ഇല്ലാതെ ഇത് സാധ്യമായിരുന്നുവത്രെ! ചൂടിൽനിന്നു രക്ഷപ്പെട്ട് നല്ല സുഖകരമായ അന്തരീക്ഷവും ഒരു എയർകണ്ടീഷൻഡ് വീടുപോലെ ഗുഹകളിൽ പഴയമനുഷ്യൻ ജീവിച്ചിരുന്നു. ഒരുപക്ഷേ ഇന്നു നാം കാണുന്ന സൗകര്യങ്ങൾ എല്ലാംതന്നെ പണ്ടുകാലത്ത് അനുഭവിച്ചിരുന്നതിന്റെ പിന്തുടർച്ചയാണ് എന്നുപറഞ്ഞാലും തെറ്റില്ല. പ്രകൃതിദത്തമായുണ്ടായ ഗുഹകളിലായിരുന്നു ആദ്യമൊക്കെ മനുഷ്യൻ കഴിഞ്ഞിരുന്നത്. പിന്നീട് കൃഷിസ്ഥലങ്ങളിൽ കാവലിനും മറ്റുമായി പുതിയ ഗുഹകൾ വെട്ടിയുണ്ടാക്കാൻ മനുഷ്യൻ ശ്രമിച്ചു. ഭൂമിക്കടിയിലുള്ള പ്രകൃതിദത്തമായ അറകൾ എന്നാണ് പ്രകൃതിവിജ്ഞാനത്തിൽ ഗുഹകളെ പരിചയപ്പെടുത്തുന്നത്. മനുഷ്യൻ നിർമിച്ചവ ഉണ്ടെങ്കിലും സ്വാഭാവിക ഗുഹകളാണ് എന്നും 'ഗുഹകൾ.' മനുഷ്യന് യഥേഷ്ടം കടന്നു ചെല്ലാൻ കഴിയുന്ന ശൂന്യമായ സ്ഥലവും പകൽവെളിച്ചം നേരിട്ട് പതിക്കാത്ത സൂക്ഷ്മരന്ധ്രങ്ങളും കൂടിയാണ് ഗുഹകൾ...!

രണ്ടുവിധത്തിൽ

ഗുഹകളെ, അതിന്റെ രൂപീകരണഘട്ടങ്ങളെ പരിചയപ്പെടുത്തുമ്പോൾ രണ്ടായാണ് തിരിച്ചിരിക്കുന്നത്, പ്രാഥമികം എന്നും ദ്വിതീയം എന്നും. അതായത്, ഒന്നാമത്തേത് രണ്ടാമത്തേത്. പാറകൾക്ക് സംഭവിക്കുന്ന ഘനീഭവം മൂലമാണ് പ്രാഥമിക ഗുഹകൾ രൂപപ്പെടുന്നത്. എന്നാൽ രണ്ടാമത്തെയിനമാകട്ടെ ലക്ഷക്കണക്കിനു വർഷത്തെ അപക്ഷയം (Weathering) കൊണ്ടു രൂപപ്പെടുന്നവയാണ്. ഭൂമിയിൽ

ഉണ്ടായിട്ടുള്ള മിക്കഗുഹകളും ഇങ്ങനെയുണ്ടായിട്ടുള്ളവയാണ്. ഇതിൽത്തന്നെ ചിലയിടങ്ങളിൽ പ്രാഥമിക ഗുഹകൾ അപക്ഷയത്താൽ കൂടുതൽ വലിയ ഗുഹകളായിട്ടുമുണ്ട്.

പ്രാഥമികം (Primary)

അഗ്നിപർവത സ്ഫോടനപരമായോ മറ്റോ ഉണ്ടാകുന്ന ലാവ ഒഴുകിയ പ്രദേശങ്ങളിൽ കാണപ്പെടുന്ന ലാവാസ്തൂപം (ലാവാടണൽ, ലാവ ട്യൂബ്) ആണ് ഈ വിഭാഗത്തിൽപ്പെടുന്ന ഗുഹകളുടെ സർവസാധാരണമായ രൂപം. ഇത്തരം ഗുഹകൾ എങ്ങനെ രൂപപ്പെടുന്നുവെന്നല്ലേ? വിവിധ കാരണങ്ങൾ കാരണം ലാവ ഒഴുകുമ്പോൾ അതിന്റെ മുകൾഭാഗത്തും വെളിയിലുമുള്ള പാളികൾ വളരെവേഗത്തിൽ ഘനീഭവിക്കുകയും അകത്തുവശത്തുള്ള ലാവ പെട്ടെന്ന് ഒഴുകിപ്പോവുകയും ചെയ്യുന്നു. ഈ പ്രക്രിയയിലൂടെയാണ് പ്രാഥമികമായ രീതിയിൽ ഗുഹകൾ ഉണ്ടാകുന്നത്. ഈ പ്രവർത്തനത്തിൽപ്പെടുന്ന മറ്റൊരു ഇനമാണ് ആഴിക്കടിയിലെ പവിഴപ്പുറ്റുകൾ. ഇവയെത്തന്നെയാണ് മൗലികഗുഹകൾ എന്നുവിളിക്കുന്നത്.

ദ്വിതീയം (Secondary)

രണ്ടാമത്തെ ഇനമായ ദ്വിതീയ പ്രക്രിയ, വർഷങ്ങളിലെ അപക്ഷയം പാറകൾക്കിടയിലുള്ള ചുണ്ണാമ്പുകല്ല് പൂർണമായിത്തന്നെ അലിഞ്ഞുപോകാനിടയാകാറുണ്ട്. കാർബൺഡയോക്സൈഡ് ലയിച്ചിട്ടുള്ള മഴവെള്ളം പതിവായി ചുണ്ണാമ്പുകൽപ്പാറകളിൽ പതിക്കുകയാണെങ്കിൽ പാറ കാൽസ്യം ബൈകാർബണേറ്റായി വെള്ളത്തിൽ അലിയുകയും ചെയ്യുമല്ലോ. പാറകൾക്കിടയിലെ പാളിയിലെ വിള്ളലുകളിൽ കാണപ്പെടുന്ന ചുണ്ണാമ്പുകല്ലുകളാണത്രെ ഇങ്ങനെ വേഗം അലിയുന്നത്. ഈ ലായനി, കാലക്രമേണ ഒലിച്ചുപോയാൽ ഗുഹകളും മറ്റുവലിയ ദ്വാരങ്ങളും ഉണ്ടാകുന്നതും സ്വാഭാവികമാണ്. ഇങ്ങനെയാണ് രണ്ടാമത്തെയിനം ഗുഹകൾ ഭൂമിയിൽ ഉണ്ടാകുന്നത്. ദ്വിതീയ ഗുഹകൾക്ക് അന്തരോൽപ്പന്നഗുഹകൾ എന്നും വിളിപ്പേരുണ്ട്.

എല്ലായിടത്തും ഗുഹകൾ

ഭൂമിക്കടിയിൽ മാത്രമല്ല കേട്ടോ, സമുദ്രത്തിലും പാറകളിലും ഗുഹകൾ ഉണ്ടാകാറുണ്ട്. വലിയ തിരകളുടെ പ്രവർത്തനഫലമായാണ് കടൽഗുഹകൾ ഉണ്ടാകുന്നത്. കടൽത്തീരത്തോട് ചാരിനിൽക്കുന്ന പാറകളിലുണ്ടാകുന്നവയാണ് പാറഗുഹകൾ. മനുഷ്യൻ വിവിധ ആവശ്യങ്ങൾക്കായി ഉണ്ടാക്കിയവ അറിയപ്പെടുന്നത് ഗ്രോട്ടോസ് എന്നാണ്. ലോകത്ത് എല്ലായിടത്തും ഗുഹകൾ കണ്ടുവരുന്നുണ്ട്. ചിലതിൽ മാത്രമേ ഗവേഷണം നടത്തുകയും രേഖാപരമായ തെളിവുകൾ എടുക്കുകയും ചെയ്യുന്നുള്ളൂ. ശ്രമകരമായ ഈ ദൗത്യം കൂടുതലായി നടക്കുന്നത് യൂറോപ്പ്, ഏഷ്യ,

അമേരിക്ക, ഓഷ്യാന തുടങ്ങിയ ഭൂഖണ്ഡങ്ങളിൽ ആണ്. പഠനത്തിനും വിനോദത്തിനും ഗുഹകൾ വിഷയമാക്കുന്നത് കേവിങ് എന്നോ പോത്തോലിങ് എന്നോ അറിയപ്പെടുന്നു. കാനഡ, അമേരിക്ക എന്നീ രാജ്യങ്ങളിൽ ഗുഹാപഠനശാഖയെ സ്പീലെങ്കിങ് എന്നാണ് പറയുന്നത്. ഗുഹകളിൽ പര്യവേക്ഷണം നടത്തുന്ന ഹോബിയാണിത്.

ഘടകങ്ങൾ

ഭൂഗർഭജലത്തിന്റെയും കടൽജലത്തിന്റെയും പ്രവർത്തനഫലമായി പാറകൾ അലിഞ്ഞാണ് ഗുഹകൾ ഉണ്ടാകുന്നത്. ചിലതു പെട്ടെന്നും മറ്റുചിലത് വളരെനാളത്തെ പ്രവർത്തനഫലമായുമാണ് രൂപംകൊള്ളുന്നത്. ഭൂമിശാസ്ത്രപരമായ ഘടനാവ്യത്യാസം മൂലം ഗുഹകൾ പലവലിപ്പത്തിലും രൂപത്തിലും ആഴത്തിലും ഉയരത്തിലും കണ്ടുവരുന്നു. രാസപ്രക്രിയകളുടെ സങ്കലനം, ജലത്തിന്റെ ദ്രവീകരണസ്വഭാവം, ബലം, സൂക്ഷ്മജീവജാലങ്ങൾ, കാലാവസ്ഥ തുടങ്ങിയ ഭൂമിശാസ്ത്രഘടകങ്ങൾ ഓരോ ഗുഹയുടെയും ഉത്ഭവത്തിന് കാരണമാകുന്നു. ജലമിതിന് ആക്കം കൂട്ടുന്ന പ്രതിഭാസമത്രെ. ചുണ്ണാമ്പുകല്ല്, ഗ്രാനൈറ്റ്, മാർബിൾ, പവിഴം, ജിപ്സം, ചോക്ക് എന്നീ പദാർഥങ്ങളും ഗുഹകൾക്ക് സഹായകരമാണ്.

ഉണ്ടാകുന്നതിങ്ങനെ.....

ചുണ്ണാമ്പുപാറകളുടെ ദ്രവീകരണംമൂലം രൂപംകൊണ്ടതത്രെ ഗുഹകളിലേറിയപങ്കും. ഇതു സംഭവിക്കുന്നതെങ്ങനെയെന്നു കേൾക്കൂ..... ഭൂമിയിലെ ജീവജാലങ്ങൾക്കും സസ്യലതാദികൾക്കും ജീർണനം സംഭവിക്കുന്നത് മേൽമണ്ണിൽവച്ചാണല്ലോ. ഇത്തരം അവസരങ്ങളിൽ ഈ മൃതശരീരങ്ങളിൽനിന്നും ധാരാളം കാർബൺഡൈഓക്സൈഡ് പുറത്തേക്ക് പ്രവഹിക്കും. ജീർണിക്കുന്ന സമയത്ത് ഊറിവരുന്ന ഈർപ്പം ശക്തികുറഞ്ഞ കാർബോണിക്കാസിഡിന് രൂപംനൽകുന്നു. ഇങ്ങനെ കാർബോണിക്കാസിഡിന്റെ അംശമുള്ള ഭൂഗർഭജലം ചുണ്ണാമ്പുപാറകളിൽ കൊച്ചു സുഷിരങ്ങളുണ്ടാക്കും. ഇതിലൂടെ ജലകണങ്ങൾ ഊർന്നിറങ്ങുന്നത് പാറകൾ ദ്രവീകരിക്കുന്നതിനു കാരണമാകുന്നു. ഈവിധം ഭൂഗർഭത്തിലെത്തുന്ന ജലം ഗുഹകൾ സൃഷ്ടിക്കുകയും ചെയ്യുന്നു.

ചുണ്ണാമ്പുഗുഹകൾ

ചിലഗുഹകളിൽ, ആൽമരത്തിൽനിന്നും താഴേക്കൂർന്നിറങ്ങി ആൽമരത്തെ താങ്ങിനിർത്തുന്ന വേരുകൾപോലെ ചുണ്ണാമ്പുതൂണുകൾ കണ്ടിട്ടില്ലേ? ഇത്തരം ഗുഹകൾ എങ്ങനെ ഉണ്ടാകുന്നുവെന്നു കേൾക്കൂ. ഗുഹകളിൽ കാൽസ്യം ബൈ കാർബണേറ്റ് ലായനി ചുണ്ണാമ്പു ചുമരുകളിലൂടെയും മേൽത്തട്ടുകളിലൂടെയും ഒലിച്ചിറങ്ങാറുണ്ട്. ആ സന്ദർഭങ്ങളിൽ ഈ ലായനി ബാഷ്പീകരിക്കപ്പെടുന്നതും സ്വാഭാവികമാണ്. അപ്പോൾ വീണ്ടും ചുണ്ണാമ്പുണ്ടാകും. ഇത് പിന്നേയും ഒലിച്ചിറങ്ങു

മ്പോഴാണ് ആലിൻതൂണുകൾപോലെ ഗുഹയ്ക്കകം കാണപ്പെടുന്നത്. ഈ പാറകൾക്കു പറയുന്ന പേരാണ് സ്റ്റാലക്റ്റൈറ്റ്.

ഗുഹയ്ക്കകത്തെ അസ്ഥികൂടങ്ങൾ

ചില ഗുഹകളിൽ ജീവികളുടെ അസ്ഥികൂടങ്ങൾ കണ്ടിട്ടില്ലേ? ആദ്യ കാലങ്ങളിൽ പ്രായംചെന്ന് ചത്തവയുടെയും മൃഗങ്ങൾ ഭക്ഷിച്ചതിന്റെയും അവശിഷ്ടമൊക്കെ ആയിരിക്കാം അവയെന്നാണ് കരുതിയിരുന്നത്. എന്നാൽ പരീക്ഷണനിരീക്ഷണങ്ങൾക്കൊടുവിൽ വിദ്വാൻ കാർബണേറ്റ് തന്നെയാണെന്ന് ശാസ്ത്രജ്ഞന്മാർ കണ്ടെത്തുകയുണ്ടായി. ഗുഹകളിൽ ചെന്ന് കാൽസ്യം ബൈ കാർബണേറ്റ് ലായനി ബാഷ്പീകരിക്കപ്പെടു മ്പോൾ കാൽസ്യം കാർബണേറ്റും കാർബൺ ഡയോക്സൈഡും ഉണ്ടാ കുന്നു. തീരെ കനംകുറഞ്ഞ വാതകമായതിനാൽ ഗുഹകളിൽ ഇത് കുറെ നാൾ തങ്ങിനിൽക്കും. ഇത്തരം ഗുഹകളിൽ അറിയാതെ അക പ്പെട്ടുപോകുന്ന ജീവികൾ പ്രാണവായു കിട്ടാതെ മരണത്തിനു കീഴട ങ്ങുക സ്വാഭാവികമാണല്ലോ. ഇങ്ങനെയാണ് അസ്ഥികൂടങ്ങൾ അവശേ ഷിക്കുന്നത്.

മനുഷ്യരും മൃഗങ്ങളും

ലോകത്തുള്ള സകലപഠനശാഖകൾക്കും ഓരോ പേരുകളുണ്ടല്ലോ. ഗുഹകളെക്കുറിച്ചുള്ള പഠനം അറിയപ്പെടുന്നത് 'സ്പീലിയോളജി' എന്നാണ്. ആധുനിക ഗുഹാപഠനശാഖയുടെ പിതാവായി അറിയപ്പെടു ന്നത് ഫ്രഞ്ചുകാരനായ എഡ്‌വേർഡ് ആൽഫ്രഡ് മാർട്ടെൽ ആണ്. മനു ഷ്യൻ മാത്രമല്ല മറ്റു മൃഗങ്ങളുടെയും പ്രിയപ്പെട്ട സങ്കേതം ഗുഹകൾ തന്നെയാണ്. ചൂടിൽനിന്ന് രക്ഷനേടാനായി ഇത്തരം 'എയർകണ്ടീഷൻ' വീടുകളെ (ഗുഹകളെ) സിംഹം, കടുവ, കരടി തുടങ്ങിയ മൃഗങ്ങൾ ആശ്ര യിക്കാറുണ്ട്. സ്വന്തമായി ഗുഹകൾ ഉണ്ടാക്കുകയൊന്നുമല്ല കേട്ടോ ഇവ ചെയ്യുന്നത് — ഗുഹകൾ അന്വേഷിച്ച് കണ്ടുപിടിച്ച് അതിലങ്ങ് പൊറുതി തുടങ്ങും — അത്രതന്നെ! എന്നാൽ ഗുഹയെ പേടിക്കുന്നവരും നമുക്കിട യിലുണ്ടാകും. അടച്ചുകൂട്ടിയ സ്ഥലങ്ങൾ ചിലർക്ക് താൽപ്പര്യമേ കാണില്ല. പേടിസ്വപ്നവുമായിരിക്കും. ഗുഹപോലെ അടച്ചുകെട്ടിയ നിശ്ശ ബ്ദപ്രദേശങ്ങളിൽ കഴിയാൻ പേടിക്കുന്നതിന് പറയുന്ന പേരാണ് ക്ളോസ്ട്രോഫോബിയ.

വവ്വാലുകളുടെ ഇഷ്ടതാവളം

ഗുഹകളിലും ജീവികൾ താമസിക്കുന്നുണ്ട്. കടുവ, സിംഹം എന്നീ മൃഗങ്ങളെപ്പോലെ ചൂടിൽനിന്ന് രക്ഷപ്പെടാൻ ആ കാലങ്ങളിൽ മാത്രമല്ല, വർഷങ്ങളോളമോ സ്ഥിരം താവളമായോ ഗുഹകളെ ആശ്രയിക്കുന്ന ജീവി കൾ അറിയപ്പെടുന്നത് ട്രോഗ്ളോബൈറ്റുകൾ എന്നാണ്. ഗുഹാപ്രദേശ ങ്ങളിൽ മാത്രം കാണപ്പെടുന്ന ജലജീവികൾ സ്റ്റൈഗോബൈറ്റുകൾ

എന്നും അറിയപ്പെടുന്നു. ഗുഹകളെ ഇഷ്ടതാവളമാക്കിയ ജീവികളിൽ പ്രമുഖർ വവ്വാലുകളാണ്. പകൽ സമയങ്ങളിൽ ഇരുണ്ടഗുഹകളിലുറങ്ങി രാത്രിയിൽ ഇരതേടിയിറങ്ങുകയും ചെയ്യുന്ന ഇരുനൂറ് ലക്ഷത്തോളം വവ്വാലുകൾ വേനൽക്കാലത്ത് പറന്നെത്തി താമസിക്കുന്ന ഗുഹയാണ് ടെക്സാസിലുള്ളത്. ലോകത്തിലെ ഏറ്റവും വലിയ വവ്വാൽ ഗുഹയും ഇതുതന്നെയത്രെ. പതിനായിരത്തിലേറെ വർഷങ്ങളായി ഈ പതിവ് മുടങ്ങാതെ നടക്കുന്നു. ഈ ഗുഹയുടെ പേരാണ് ബ്രാക്കൺകേവ്. വേനൽക്കാലത്ത് ബ്രാക്കൺഗുഹയിൽ വന്ന് രണ്ടുമൂന്നുമാസക്കാലം സ്വൈരമായി പാർത്ത് വിനോദസഞ്ചാരികളെ വിസ്മയിപ്പിക്കുന്നു ഇവ. ബഹളമുണ്ടാക്കാതെവേണം ഗുഹയിലേക്കു പ്രവേശിക്കാൻ. വവ്വാലുകളുടെ സമാധാനജീവിതം തകർക്കരുതല്ലോ.

ടൂറിസമായും ഗുഹകൾ

അഗ്നിപർവതസ്ഫോടനങ്ങൾ വഴിയുണ്ടാകുന്ന ഗുഹകൾ മാത്രമല്ല, പർവതപ്രദേശങ്ങളിലും മണ്ണിനടിയിലും സമുദ്രാന്തർഭാഗങ്ങളിലും വനാ

മാമത്ത് ഗുഹയുടെ ഉൾവശം

ന്തർഭാഗങ്ങളിലും ഗുഹകൾ കാണാം. ലോകത്തിലെ ഏറ്റവും നീളമേറിയ ഗുഹയായി അറിയപ്പെടുന്നത് അമേരിക്കയിലെ കെന്റക്കിയിലുള്ള മാമത്ത് ഗുഹയാണ്. ഇതിന്റെ നീളമെത്രയെന്നോ; 5 കിലോമീറ്റർ! ലോകത്തിലെ ഏറ്റവും ആഴമേറിയ ഗുഹയാകട്ടെ, ജോർജിയയിലെ വെറോന്യ ഗുഹയും. ഇതിന്റെ ആഴം 2191 മീറ്ററാണ്. ഇന്ന് വിനോദസഞ്ചാരത്തിനും ഗുഹകൾ തേടിയെത്തുന്നവരുണ്ട്. പടിഞ്ഞാറുള്ള നാടുകളിലെ പലസ

ജോർജിയിയിലെ വെറോന്യഗുഹ

ഞ്ചാരപ്രിയരും ഗുഹകളിലും മരക്കൊമ്പുകളിലും കഴിയാൻ താൽപ്പര്യപ്പെടുന്നവരത്രെ! കേവ് ടൂറിസം എന്നാണിത് അറിയപ്പെടുന്നത്. വിനോദസഞ്ചാരകേന്ദ്രമെന്ന നിലയിൽ പേരുകേട്ട ഗുഹയാണ് ന്യൂസിലാന്റിലെ കത്തീഡ്രൽ ഗുഹ. ഗുഹകളിൽ പര്യവേക്ഷണം നടത്തുന്ന ഹോബി അറിയപ്പെടുന്നത് സ്പീലങ്കിങ് എന്നാണ്. ഗുഹകൾക്കകത്തെ പാറകളിലും ചുമരുകളിലും കൊത്തിയുണ്ടാക്കുന്ന ചിത്രങ്ങൾക്ക് പെട്രോഗ്ലിഫിക്സ് എന്നാണ് ബന്ധപ്പെട്ടവർ പേരു നൽകിയിരിക്കുന്നത് (ഇന്ത്യയിലെയും കേരളത്തിലെയും ലോകത്തിലെയും ഗുഹകളെക്കുറിച്ചും ഗുഹാക്ഷേത്രങ്ങൾ, ഗുഹാചിത്രങ്ങൾ എന്നിവയെക്കുറിച്ചുമെല്ലാം അടുത്ത അധ്യായങ്ങളിൽ വിശദമായി വായിക്കാം).

2

പണ്ടുപണ്ടൊരു ഗുഹ....

എങ്ങനെയായിരിക്കാം പ്രാചീനമനുഷ്യൻ ഗുഹകളെ തങ്ങളുടെ വാസസ്ഥലങ്ങളാക്കിയത്? കാറ്റും മഴയും കാട്ടുതീയും വന്നപ്പോൾ ഈ പ്രകൃതിശക്തികളിൽനിന്നും രക്ഷനേടാൻ അവർ ഓടിക്കയറിയ സങ്കേതമായിരുന്നു ഗുഹ. സ്വാഭാവികമായുണ്ടാകുന്ന ഈ അതിശക്തമായ ചുമരുകൾ അപകടങ്ങളിൽനിന്നും പ്രകൃതിശക്തികളിൽനിന്നും തങ്ങളെ സംരക്ഷിക്കുമെന്ന് അവർ അനുഭവത്തിലൂടെ മനസിലാക്കി. അതോടെ മനുഷ്യൻ ഗുഹകളെ തങ്ങളുടെ ഇഷ്ടകേന്ദ്രമാക്കി. ഗുഹകളിൽ ആഹാരം സൂക്ഷിച്ചുവെക്കാമെന്നും ക്രൂരമൃഗങ്ങളെ പേടിക്കാതെ സ്വസ്ഥമായി സമാധാനമായി ഉറങ്ങാമെന്നും മനസിലാക്കിയപ്പോൾ ഇനി ഗുഹകൾതന്നെ തങ്ങളുടെ ഗേഹം എന്ന് അവർ ഉറപ്പിച്ചു. അങ്ങനെയായിരുന്നു അലഞ്ഞുനടന്നിരുന്ന മനുഷ്യൻ ഒരിടത്ത് സ്ഥിരമായി താമസിക്കാനും അത് കുടുംബജീവിതത്തിലേക്കു വഴികാണിച്ചതും. പിന്നീട് ഈ ചിട്ടയായുള്ള ജീവിതം കൃഷിയിലേക്കും മറ്റു സാമൂഹികാവസ്ഥകളിലേക്കും ചൂണ്ടുപലകയായി. ഇന്നുകാണുന്ന മനുഷ്യന്റെ എല്ലാ ഉയർച്ചകൾക്കും പുരോഗതിക്കും ഈ ആദിമഗൃഹം കാരണമായി എന്നുതന്നെ പറയാം.

കലാവാസന പ്രകടിപ്പിക്കാൻ ഗുഹകൾ

കൊടുങ്കാടുകളിൽ അലഞ്ഞുനടന്ന് ആഹാരം കണ്ടെത്തിയിരുന്ന മനുഷ്യനും ഗുഹകളും തമ്മിൽ വേർപിരിയാനാകാത്ത ബന്ധംതന്നെയാണുള്ളത്. ലോകത്തിലെ മിക്ക ഗുഹകളിലും ചിത്രപ്പണികളും വിചിത്രമായ ലിപികളും മറ്റും കാണാം. ഇവയെല്ലാം കാനനമനുഷ്യന്റെ അപാരമായ ഭാവനകൾ പിൽക്കാല ലോകത്തിന് കാട്ടിക്കൊടുക്കുകയായിരുന്നു. അങ്ങനെ സാംസ്കാരികരംഗവും ഉണർന്നു. വേട്ടയാടിയതും താൻ

മുന്നിൽക്കണ്ട ജീവജാലങ്ങളും ആയുധങ്ങളും മറ്റുമെല്ലാം മനുഷ്യൻ തന്റെ വിശ്രമവേളകളിൽ ഗുഹാഭിത്തികളിൽ കൊത്തിവെക്കുകയും മരക്കറകളും കരിയും കാവിമണ്ണുമുപയോഗിച്ച് കോറിയിടാനും തുടങ്ങിയത് ഇക്കാലത്തായിരുന്നു. തങ്ങൾ ആരാധിക്കുന്ന മൂർത്തികളെ പ്രതിഷ്ഠിക്കാനുള്ള ആരാധനാലയമായും മനുഷ്യൻ ഗുഹകളെ അക്കാലത്തു തന്നെ ഉപയോഗിച്ചു. പ്രകൃതിദത്തമായ ഈ വീടുകളിൽ ഇന്നു നമ്മൾ അനുഭവിക്കുന്ന മിക്ക സൗകര്യങ്ങളും ഉണ്ടായിരുന്നുവെന്നുകൂടി ഓർക്കുമ്പോഴോ......!

ഗുഹകളിലെ ചിത്രപ്പണികൾ

പ്രാചീനമനുഷ്യന്റെ കലാവാസനയും കരവിരുതും പ്രകടമാക്കിയതിന്റെ ശേഷിപ്പുകൾ ആദ്യമായി കണ്ടെത്തിയത് ഏകദേശം മുപ്പതിനായിരം വർഷത്തെ പഴക്കം കണക്കാക്കുന്ന, ഫ്രാൻസിലെ ഗുഹകളിൽ നിന്നത്രെ. കാണുന്നയാളെ പുളകംകൊള്ളിക്കുന്ന നിർമിതികൾ ലോകത്തിലെ ഏതൊരു ഗുഹയിലും കാണാം. ഗുഹാജീവിയായ മനുഷ്യന്റെ ഭാവനയിൽ ഉറങ്ങിക്കിടന്ന ദൃശ്യങ്ങൾ ഇങ്ങനെ അവൻ ഗുഹാഭിത്തികളിൽ ആലേഖനം ചെയ്തു. കല്ലുകളിൽ കൊത്തിവെച്ചതും കല്ലുകളിൽ വരയ്ക്കപ്പെട്ടതുമായി ഈ ചിത്രങ്ങളെ ചരിത്രകാരന്മാർ രണ്ടായിതിരിച്ചിട്ടുണ്ട്. ഇതിൽ കല്ലുകളിൽ കൊത്തിവയ്ക്കപ്പെട്ട ചിത്രങ്ങളുടെ പഴക്കം നിർണയിക്കുക ഏറ്റവും ശ്രമകരമത്രെ. സന്ദർശകരുടെ മഹാപ്രവാഹം വരയ്ക്കപ്പെട്ട ചിത്രങ്ങൾക്ക് നാശം സംഭവിക്കാനും കാരണമാകുന്നുണ്ട്.

റോക്ക് ആർട്ടുകൾ

ഇരുപതിനായിരം വർഷത്തെ പഴക്കമാണ് ഇന്ത്യയിലെ ഗുഹകളിലെ ചിത്രപ്പണികൾക്ക് ഗവേഷകർ കാണുന്നത്. പ്രാചീനകാല മനുഷ്യ

റോക്ക് ആർട്ട്

സംസ്കാരവും ആരാധനാരീതികളും മനസിലാക്കാൻ ഇവ സഹായിക്കുന്നു. ബുദ്ധ–ജൈനമതവിശ്വാസികൾ ഗുഹയ്ക്കകത്ത് കൊത്തിവെച്ച മൂർത്തികളും മനുഷ്യരും മൃഗങ്ങളും ഗുഹകളെ ഇന്നും ആരാധകരാൽ സമ്പന്നമാക്കുന്നു. ഇത്തരം ചിത്രങ്ങൾക്ക് ബന്ധപ്പെട്ടവർ നൽകുന്ന പേരാണ് 'പെട്രോഗ്ലൈഫ്.' കല്ലുചുരണ്ടുക എന്നത്രെ ഈ ഗ്രീക്കുവാക്കിനർഥം! കല്ലുളികളും പാറക്കഷണങ്ങളുമൊക്കെയാണ് ചിത്രങ്ങൾ കൊത്തിവയ്ക്കാൻ അവർ ഉപയോഗിച്ചിരുന്നത്. ഇത്തരം (Rock arts) റോക്ക് ആർട്ട്സ് കൂടുതലായി കണ്ടുവരുന്നത് അന്റാർട്ടിക്കയിലും ആഫ്രിക്കയിലും സ്കാൻഡിനേവിയയിലും ആസ്ട്രേലിയയിലും വടക്കേ അമേരിക്കയിലുമാണ്.

ഗുഹാചിത്രങ്ങൾ ആഫ്രിക്കയിൽ

ഇരുപത്തേഴായിരം വർഷം പഴക്കം കണക്കാക്കുന്ന ഗുഹാചിത്രങ്ങൾ ആഫ്രിക്കൻ പ്രദേശങ്ങളിൽനിന്നും കണ്ടെടുത്തിട്ടുണ്ട്. മൂവായിരം വർഷത്തോളം പഴക്കമുള്ള 'യുക്കാഹലംബ–ഡ്രാക്കെൻസ്ബെർഗ്' ഗുഹാഭിത്തിയിൽ ആദ്യകാലങ്ങളിൽ ജീവിച്ചിരുന്ന മനുഷ്യരുടെയും മൃഗങ്ങളുടെയും വരച്ചുവെച്ച ചിത്രങ്ങൾ കണ്ടെടുത്തിട്ടുണ്ട്. എണ്ണായിരം വർഷങ്ങൾക്കു മുമ്പ് കന്നുകാലികളെ വളർത്തിയിരുന്ന 'സാൻ വർഗം' അവരുടെ ശേഷിപ്പ് എന്നപോലെ ഗുഹകളിൽ കാലികളെയും കൃഷിയെയും മറ്റും കോറിയിട്ടിരിക്കുന്നതു കാണാം. ഈ ജനത അലച്ചിലിനൊടുവിൽ ആഫ്രിക്കയിൽ എത്തിച്ചേർന്ന് തങ്ങളുടെ സമൂഹം ഉണ്ടാക്കുകയായിരുന്നുവെന്ന് ചരിത്രം പറയുന്നു. ആഫ്രിക്കയിലെ അപ്പോളോ II എന്ന പ്രാചീനഗുഹയിൽ ബി സി 25,000–23,000 കാലത്ത് കോറിയിട്ടതായി കരുതുന്ന ചില

ആഫ്രിക്കൻ ഗുഹയിലെ ഒരു ചിത്രം

പുരാതന ചിത്രങ്ങളുണ്ട്.

യൂറോപ്യൻ രാജ്യങ്ങളിൽ

ഗുഹാചിത്രങ്ങൾക്ക് യൂറോപ്പും കേൾവികേട്ടതാണ്. ഇവിടുത്തെ ഗുഹാചിത്രങ്ങൾ ബി സി 18,000–10,000 കാലം യൂറോപ്പിലെത്തിയ മഗഡാലേനിയൻസ് വംശജനതയ്ക്കു സംഭാവനയത്രെ. ഇവയുടെ ഉപജ്ഞാതാക്കളായും ഇക്കൂട്ടരെയാണ് ചരിത്രം കാണുന്നത്. മഗാഡിയൻ ചിത്രകല ഇവരുടേതായത്രെ പ്രസിദ്ധമാകുന്നത്. ഫ്രാൻസിലെ ഗുഹാചിത്രങ്ങൾക്ക് മുപ്പതിനായിരത്തോളം വർഷത്തെ പഴക്കമൊണ് കണക്കാക്കപ്പെടുന്നത്. യൂറോപ്പിലെ മിക്കഗുഹകളിലും മൃഗങ്ങളാണ് മുൻപന്തിയിലുള്ളത്. കുതിര, സിംഹം, കാണ്ടാമൃഗം, കഴുതപ്പുലി, കരിമ്പുലി, ആന എന്നിവ ഉദാഹരണം. തെക്കുപടിഞ്ഞാറൻ ഫ്രാൻസിലെ ലാസ്കൗക്സ് ഗുഹകളിലെ കലമാനിന്റെ ധാരാളം ചിത്രങ്ങൾ കാണാം. ഇരുപതാം ശതകത്തിന്റെ അന്ത്യത്തോടെ 277–ഓളം ഗുഹാചിത്രങ്ങൾ കണ്ടെടുക്കപ്പെട്ടിട്ടുണ്ട്. കരിക്കട്ടയും മരക്കറയും കാവിമണ്ണും പച്ചിലച്ചാറും കൊണ്ടു വരയ്ക്കപ്പെട്ടവയിൽ മിക്കതും സന്ദർശകരുടെ ഇടപെടൽമൂലം വികലമാകുകയോ നാശം ഭവിക്കുകയോ ചെയ്തിട്ടുണ്ട്.

ഏഷ്യയിലും ആസ്ട്രേലിയയിലും

ഒന്നിനൊന്നു വ്യത്യസ്തമായ ഗുഹാചിത്രങ്ങളാണ് ഏഷ്യൻ രാജ്യങ്ങളിലുള്ളത്. ഇന്ത്യ, ഇന്തോനേഷ്യ, മലേഷ്യ, തായ്‌ലന്റ് എന്നീ രാജ്യങ്ങൾ ഉദാഹരണം. മധ്യതായ്‌ലന്റിലെ പെറ്റ്ച്ചാബൻ മലയിടുക്കിലെ തായ്ബർമീസ് ബോർഡർ മനോഹരമായ ഗുഹാപെയിന്റിങ്ങുകൾക്ക് പേരുകേട്ടതാണ്. പഴക്കമേറിയ പലതരം ചിത്രകലകൾ കാണപ്പെടുന്ന മലേഷ്യയിലെ ഗുവതാബുൻ ഗുഹാചിത്രങ്ങൾക്ക് രണ്ടായിരത്തോളം വർഷത്തെ പഴക്കമാണ് കാണുന്നത്. കൈകൾകൊണ്ടു രചിച്ച ചിത്രങ്ങൾ ഇന്തോനേഷ്യയിലെ ചില ഗുഹകളിൽ കാണാം.

ആസ്ട്രേലിയയിലെ കകാഡുനാഷണൽ പാർക്കിൽ അതീവ ചാതുരിയുള്ള ഗുഹാചിത്രങ്ങളുടെ ശേഖരമുണ്ട്. കാവിമണ്ണുകൊണ്ടാണിവ രചിച്ചിട്ടുള്ളത്.

ഇന്ത്യയിലെ ചിത്രകല

പ്രാചീന മനുഷ്യൻ ഗുഹകളുടെ ചുവരുകളിൽ വരച്ചചിത്രങ്ങൾ ഇന്ത്യയിലും കാണാം. മിർസാപൂർ, ബുന്ദേൽഗണ്ട്, യോഗിമാറ, കേരളത്തിലെ എടയ്ക്കൽ, മറയൂർ, തെന്മല, പെരുങ്കടവിള തുടങ്ങിയവയാണ് പ്രധാനഗുഹാചിത്രസങ്കേതങ്ങൾ. മൃഗരൂപങ്ങൾ, നായാട്ടുദൃശ്യങ്ങൾ, മനുഷ്യരൂപങ്ങൾ ഉപകരണങ്ങൾ എന്നിവയാണ് ഇക്കൂട്ടത്തിലെ പ്രധാനരചനകൾ. മിർസാപൂർ, എടയ്ക്കൽ, മറയൂർ, തെന്മല ഗുഹകളിലെ കൊത്തുപണികളും ചിത്രങ്ങളും മിസോലിത്തിക്–നിയോലിത്തിക് കാലഘട്ടത്തിലേതാണ്. എടയ്ക്കലിൽ മനുഷ്യരൂപവും സ്വസ്തിക് ചിഹ്നങ്ങളും

എടയ്ക്കൽ ഗുഹയിലെ ലിഖിതങ്ങളും ചിത്രങ്ങളും

കാണാം. ലിഖിതങ്ങളാകട്ടെ ചരിത്രാതീത ഘട്ടത്തിലേതുമാണ്. തെന്മല ഗുഹയിലെ കൊത്തുപണികൾക്ക് 5120ലേറെ വർഷം പഴക്കമുണ്ടത്രെ. പെരുങ്കടവിള ഗുഹകളിലും പ്രാക്ചരിത്രകാലത്തെ കോറലുകൾ കാണാം.

പ്രൗഢിയും കീർത്തിയും

ഇന്ത്യൻ ഗുഹാചിത്രങ്ങളുടെ ക്ലാസിക്കൽ കാലമായി കരുതുന്നത് 350–700കാലഘട്ടമത്രെ. കാഞ്ചേരി, ഔറംഗാബാദ്, പിൽഖോറ, കൊഞ്ചാർ, തിരുമലൈപ്പുറം, മലയാടിപ്പാടി, ബാഗ്, അജന്ത, എല്ലോറ, ബാദാമി, സിത്തന്നവാസൽ, കാഞ്ചീപുരം എന്നിവയാണ് ഇക്കാലത്തെ പ്രധാന ഛായാചിത്രസങ്കേതങ്ങൾ. ജൈന–ബൗദ്ധ പാരമ്പര്യമുൾക്കൊള്ളുന്ന ഈ ഗുഹാക്ഷേത്ര ചിത്രങ്ങൾ സംസ്കാരത്തിന്റെ ഐക്യത്തിന്റെയും വൈവിധ്യത്തിന്റെയും പ്രതീകമായാണ് എണ്ണപ്പെടുന്നത്.

3

ഗുഹകൾ പലതരം

ഗുഹകൾ ഉണ്ടാകുന്നവിധവും അവയുടെ സ്വഭാവങ്ങളും മനസി ലാക്കിയല്ലോ. ഇനി ഭൂമിയിലും മറ്റും കണ്ടുവരുന്ന പലതരം ഗുഹകളെക്കുറിച്ചും അവ രൂപപ്പെടുന്നതെങ്ങനെയെന്നുമെല്ലാം മനസിലാക്കാം.

ലിറ്റോറൽകേവ്സ് എന്ന സമുദ്രഗുഹകൾ

സമുദ്രങ്ങളുടെ തീരപ്രദേശങ്ങളിലാണ് ഇത്തരം ഗുഹകൾ കണ്ടുവരുന്നത്. ഇത്തരം ഗുഹകളിൽ ഏറിയപങ്കും സ്ഥിതിചെയ്യുന്നതാകട്ടെ

ലിറ്റോറൽകേവ്സ് എന്ന സമുദ്രഗുഹകൾ

യൂറോപ്യൻ രാജ്യങ്ങളിലെ സമുദ്രതീരങ്ങളിലാണ്. ദുർബലമായ കടൽപ്പാറകൾ ഉള്ള മേഖലകളിൽ തിരകളുടെ ശക്തിയായ പ്രഹരവും പ്രവാഹവുംമൂലം ഇത്തരം ഗുഹകൾ രൂപംകൊള്ളുന്നു. അമേരിക്കയുടെ പടിഞ്ഞാറൻ തീരപ്രദേശങ്ങളിലും ഹവായ് ദ്വീപുകളിലും മനോഹരമായ ഇത്തരം നിരവധി ഗുഹകൾ ഉണ്ട്. മറ്റു ഗുഹകളെയപേക്ഷിച്ച് പൊതുവെ വലുപ്പം കുറവുള്ള സമുദ്രഗുഹകൾ ഉണ്ടാകുന്നതിൽ മഴവെള്ളത്തിനും പങ്കുണ്ട്. ഇതെങ്ങനെയെന്നല്ലേ...? തീരദേശത്തെ പാറകളിൽ വിള്ളലുകൾ ഉണ്ടാകുമല്ലോ. ഈ വിള്ളലുകളിൽ തിരമാലകൾമൂലവും കാറ്റുമൂലവും മണൽത്തരികളും അടിഞ്ഞുകൂടിയിട്ടുണ്ടാകും. ഈ മണലിലിടങ്ങിയിട്ടുള്ള കാർബണിക്-ഓർഗാനിക് അമ്ലതനഷ്ടപ്പെടാൻ മഴവെള്ളം കാരണമാകുന്നു. ഇത് പാറകളുടെ ശോഷണത്തിലേക്കുനയിക്കും. ഇതാണ് പിന്നീട് സമുദ്രഗുഹകളായി മാറുന്നത്.

ബ്ലിസ്റ്റർ ഗുഹകൾ

പ്രകൃതിയിലെ പല പ്രതിഭാസങ്ങളുമാണല്ലോ ഗുഹകൾ രൂപപ്പെടാൻ കാരണമാകുന്നത്. വായുവിന്റെ സമ്മർദഫലമായി രൂപംകൊള്ളുന്ന ഗുഹകളെയാണ് ബ്ലിസ്റ്റർ എന്നു പറയുന്നത്. വിരളമായി മാത്രമേ ഇത്തരം

ബ്ലിസ്റ്റർ ഗുഹ

ഗുഹകൾ രൂപംകൊള്ളുകയുള്ളൂ. ആഫ്രിക്കൻ രാജ്യമായ എത്യോപ്യയിലെ എം ടി ഫന്റോലോ എന്ന സ്ഥലത്താണ് ഏറ്റവും വലിയ ബ്ലിസ്റ്റർ ഗുഹയുള്ളത്. ഇവ രൂപപ്പെടുന്നത് അഗ്നിപർവതസ്ഫോടനഫലമായാണ്. എന്നാൽ ഇവ ലാവാ ഗുഹയല്ലതാനും. സ്ഫോടനമുണ്ടാകുമ്പോൾ

ലാവാപ്രവാഹമുണ്ടാകുമല്ലോ. ഈ ലാവയിൽനിന്നുള്ള കാർബൺ ഡയോക്സൈഡും നീരാവിയും കൂടിച്ചേർന്ന് ശക്തമായ അഗ്നിപ്രളയമുണ്ടാകുന്നു. ലാവകൾ തണുത്തുറയുമ്പോൾ ഈ കുമിളകൾ നിന്നിരുന്ന ഭാഗം ഗുഹകളായി രൂപപ്പെട്ടിട്ടുണ്ടാകും. ഇതിന്റെ പൂർണതയ്ക്ക് പാറക്കൂട്ടങ്ങളുമുണ്ടാകും. ലാവാഗുഹകളിൽനിന്ന് ബ്ലിസ്റ്റർ ഗുഹകൾ തിരിച്ചറിയാൻ ബുദ്ധിമുട്ടാണെങ്കിലും ഇവ തീരെ ചെറുതാണ്.

ലാവാഗുഹകൾ

അഗ്നിപർവതം സൃഷ്ടിക്കുന്ന ഗുഹകളാണ് ലാവാഗുഹകൾ. ഐസ്‌ലന്റിലെ സുർട്ട് ഷെല്ലിർ ആണ് ഏറ്റവും വലിയ ലാവാഗുഹയായി എണ്ണപ്പെടുന്നത്. ഒരേയൊരു അഗ്നിപർവത സ്ഫോടനഫലമായുണ്ടായ ഏറ്റവും വലിയ ഗുഹയാണ് ആസ്ട്രേലിയയിലെ ഉൻഡ്രാ വോൾക്കാനിക് നാഷണൽ പാർക്ക്. കൂടാതെ അമേരിക്കയിലെ ആപ്കേവ് ലാവാബെഡ്സ് നാഷണൽ മോണുമെന്റ് തുടങ്ങിയവയും ലാവാഗുഹകൾതന്നെ.

അഗ്നിപർവതസ്ഫോടനഫലമായി ചുട്ടുപഴുത്ത ലാവ ഭൂമിക്കടിയിലേക്ക് ഒഴുകി രൂപംകൊള്ളുന്ന ഗുഹകൾ ഒരു കുഴലിന്റെ ആകൃതിയിലാകുന്നതിനാൽ ഇവയെ ലാവാ ട്യൂബുകൾ എന്നും പറയാറുണ്ട്. ഇവയ്ക്കുള്ളിലൂടെയുള്ള ലാവാപ്രവാഹം അവസാനിക്കുന്നതോടെയാണ് അഗ്നിപർവതവും ശാന്തമാകുന്നത്. ലാവാഗുഹകൾ 14–15മീറ്റർവരെ വീതിയിലും സ്ഫോടനസ്ഥലത്തുനിന്നും ഒന്നു മുതൽ 15 മീറ്റർ വരെ അടിയിലും രൂപംകൊള്ളുന്നു. ശക്തിയേറിയ ലാവാ പ്രവാഹവും ഭൂമിക്കടിയിലേക്കുള്ള ലാവയുടെ ഒഴുക്കും ഗുഹകൾ സൃഷ്ടിക്കുന്നു. വലിയ

ലാവാഗുഹ

ഗുഹകൾക്കൊപ്പം ചെറിയവയും ഇങ്ങനെ ഉണ്ടാകാറുണ്ട്. ചുട്ടുപഴുത്ത് താഴേക്കൊഴുകുന്ന ലാവാപ്രവാഹം ഗുഹകളുടെ ഉപരിതലത്തെ ദൃഢതരമാക്കുന്നു. സ്ഫോടനസമയത്ത് അടിഞ്ഞുകൂടുന്ന പാറക്കഷണങ്ങൾ ലാവാപ്രവാഹത്തിൽ ഗുഹാമുഖത്തെത്താറുമുണ്ട്.

ഗ്ലേഷ്യർകേവ്

അന്തരീക്ഷ ഊഷ്മാവും കാറ്റും കാര്യമായ പങ്കുവഹിച്ച് സൃഷ്ടിക്കപ്പെടുന്ന ഗുഹകളാണിത്. മഞ്ഞുമലകളിലെ മഞ്ഞുകട്ടകൾ ഉരുകുമ്പോഴാണ് ഇവ ഉണ്ടാകുന്നത്. ധ്രുവപ്രദേശങ്ങളിൽ കൂടുതലായി കാണപ്പെടുന്ന ഇത്തരം ഗുഹകളിൽ വേനൽക്കാലങ്ങളിൽ മഞ്ഞുരുകുന്നതിന്റെ

ഗ്ലേഷ്യർകേവ്

ഫലമായി ഗുഹകളിലേക്ക് നീളൻ പാതകൾ സൃഷ്ടിക്കപ്പെടുന്നു. സ്ഥിരമായി നിലനിൽക്കാത്ത ചില ഗുഹകളുമുണ്ട്. അമേരിക്കയിലെ റെയ്നിയറിലെ പാരഡൈസ് ഐസ്കേവ് ഇതിനുദാഹരണമാണ്. ഇരുപതാം നൂറ്റാണ്ടിന്റെ ആദ്യദശകങ്ങളിൽ ജ്വലിച്ചുനിന്നിരുന്ന ഗുഹ 1940കളിൽ തീരെ അപ്രത്യക്ഷമാവുകയും 1978 ൽ വീണ്ടും കാണാനായി. പിന്നീട് ലോകപ്രസിദ്ധമാവുകയും ചെയ്തു. ഹിമക്കുന്നുകളുടെ ആന്തരികഘടനയെക്കുറിച്ച് മനസിലാക്കാൻ ഗ്ലേഷ്യർ ഗുഹകൾ വളരെ സഹായിക്കുന്നു. മഞ്ഞുകട്ടകളുടെ അടിഭാഗത്തുള്ള ചൂടുപിടിച്ച വെള്ളത്തിൽനിന്നോ അഗ്നിപർവതക്കാറ്റിൽ നിന്നോ ഭൂമിയുടെ അന്തർഭാഗത്തുള്ള നീരാവിയിൽ നിന്നോ ചില പ്രവർത്തനങ്ങളുടെ ഫലമായി ഇത്തരം ഗുഹകൾ ഉണ്ടാകാറുണ്ട്. ഐസ്ലന്റിലെ 'വാറ്റ്നാജോകൾ,' മഞ്ഞുമലകളിലെ

വെർക് ജോൾഗ്ലേഷ്യർ കേവ് ഇതിനുദാഹരണമായി കാണിക്കാം. 1980 ലെ കണക്കുപ്രകാരം ഈ ഗുഹയ്ക്ക് 2 കിലോമീറ്റർ നീളവും 525 മീറ്റർ വീതിയുമുണ്ടായിരുന്നു. ഗ്ലേഷ്യർഗുഹകളെക്കുറിച്ചുള്ള പഠനശാഖ അറിയപ്പെടുന്നത് 'ഗ്ലേഷിയോ സ്പെലിയോളജി' എന്നാണ്.

കൃത്രിമഗുഹകൾ

ആളുകളെ ആകർഷിക്കുന്നതിനുവേണ്ടി നിർമിക്കപ്പെടുന്ന കൃത്രിമഗുഹകളെ 'ഷോകേവ്സ്' എന്നാണ് പറയാറ്. സന്ദർശകരുടെ ആവശ്യങ്ങൾക്കുവേണ്ടി ഇവയ്ക്കുചുറ്റും വൈദ്യുതവിളക്കുകളും മറ്റ് അലങ്കാരപ്പണികളും ഉണ്ടാകും. ഗുഹകൾക്കുള്ളിൽ കൊത്തുപണികളും ശിൽപ്പങ്ങളും ഉണ്ടാക്കിവെക്കുന്നു. 'കൊമേഴ്സ്യൽ കേവ്സ്' എന്നറിയപ്പെടുന്ന

ഒരു കൃത്രിമഗുഹ

ഇത്തരം ഗുഹകൾക്കുദാഹരണമാണ് ആസ്ട്രേലിയയിലെ 'ഗൺസ് പ്ലെയിൻസ് കേവ്,' മലേഷ്യയിലെ 'ഗുനൻഗ് മുലു നാഷണൽപാർക്ക്,' ന്യൂമെക്സിക്കോയിലെ 'കാൾസ്ബാഡ് കാവേൺസ്' തുടങ്ങിയവ.

സൊല്യൂഷണൽ കേവ്സ്

പാറകൾക്കും ചുണ്ണാമ്പുകല്ലുകൾക്കും ദ്രവീകരണം സംഭവിക്കുമ്പോൾ രൂപംകൊള്ളുന്നവയാണ് 'സൊല്യൂഷണൽ ഗുഹ'കൾ. മഴവെള്ളത്തിന്റെയോ ഭൂഗർഭജലത്തിന്റെയോ സാന്നിധ്യം മൂലമാണ് ചുണ്ണാമ്പുകല്ലുകൾക്ക് ദ്രവീകരണമുണ്ടാകുന്നത്. മാൾബിൾ, ചോക്ക്, ഉപ്പ്, മണൽക്കല്ല്, പവിഴം, ജിപ്സം, ഗ്രാനൈറ്റ്, ഡോളോമൈറ്റ് തുടങ്ങിയ

സൊല്യൂഷണൽ കേവ്സ്

പദാർഥങ്ങളും ഇത്തരം ഗുഹകൾക്ക് രൂപം നൽകാറുണ്ട്. അമേരിക്കയിലെ ന്യൂമെക്സിക്കോയിലുള്ള 'ലെച്ചുഗ്വിളാഗുഹകളാണ്' ലോകത്തിലെതന്നെ ഏറ്റവും വലിയ സൊല്യൂഷണൽ കേവ് (ഈ ഗുഹയെക്കുറിച്ച് വഴിയെ വിശദമായി വായിക്കാം.)

ഐസ്ഗുഹകൾ

ഊഷ്മാവിന്റെ ഗതിവ്യത്യാസമനുസരിച്ച് സ്വാഭാവികമായി രൂപം കൊള്ളുന്ന ഗുഹകളിൽ ചിലതിൽ പൂർണമായോ അൽപ്പമായോ മഞ്ഞുകട്ടകൾ വന്നടിഞ്ഞ് രൂപംകൊള്ളുന്നവയാണ് ഐസ്ഗുഹകൾ. ഇത്തരം ഗുഹകളുടെ ഒരുഭാഗത്തെയെങ്കിലും ഊഷ്മാവ് വർഷം മുഴുവൻ പൂജ്യം ഡിഗ്രി സെൽഷ്യസിനും താഴെയായിരിക്കും. ശക്തമായ തണുപ്പുകാലത്ത് ജലം ഉറഞ്ഞ് മഞ്ഞുമലകളാവുകയും ഇവ ഗുഹാമുഖത്ത് ആവരണമായി നിലനിൽക്കുകയും ചെയ്യുന്നു. കാലാവസ്ഥക്കനുസരിച്ച് രൂപം കൊള്ളുകയും ഉരുകുകയും ചെയ്യുന്ന മഞ്ഞുമലകളാണ് ഇത്തരം ഗുഹകളുടെ രൂപീകരണത്തിന് പ്രധാനകാരണം. ലാവാഗുഹകളുടെയും ചുണ്ണാമ്പുപാറ ഗുഹകളുടെയും മറ്റൊരു രൂപാന്തരം കൂടിയായ ഐസ്ഗുഹകൾ ശക്തമായ തണുപ്പുകാലങ്ങളിൽ മഞ്ഞുമലകളാൽ മൂടപ്പെട്ടുകിടക്കുന്നതും കാണാം.

ഐസ്ഗുഹ

താലസ്ഗുഹകൾ

വലുപ്പത്തിൽ താരതമ്യേന ചെറുതായ താലസ്ഗുഹകൾ, പർവതങ്ങളുടെ ചെരുവികളിലുള്ള വൻപാറക്കഷണങ്ങൾക്കിടയിലാണ് രൂപം കൊള്ളുന്നത്. ഗ്രാനൈറ്റ് ശിലാഖണ്ഡത്തിൽ രൂപംകൊണ്ട ഗുഹകളിൽ സാമാന്യം വലുപ്പമുള്ളവ ഇംഗ്ലണ്ടിലും ന്യൂയോർക്കിലുമുള്ളവയത്രെ.

താലസ്ഗുഹ

ഗ്രോട്ടോഗുഹ

ഗ്രോട്ടോഗുഹകൾ

ചരിത്രാതീതകാലം മുതൽക്കുതന്നെ മനുഷ്യന്റെ ജീവിതാവശ്യങ്ങളുമായി ബന്ധപ്പെട്ടുകിടക്കുന്ന പ്രകൃതിദത്തമായോ കൃത്രിമമായോ രൂപം കൊണ്ട ഗുഹകളാണ് ഗ്രോട്ടോകേവ്സ്. എവിടെയൊക്കെയാണ് ഗ്രോട്ടോകൾ രൂപംകൊള്ളുന്നത്? ചെറിയ ജലാശയങ്ങളിലോ വേലിയേറ്റ വേലി

ബോബ്ലി ഗാർഡൻ

യിറക്കങ്ങളുടെ ഫലമായി വെള്ളം തള്ളിക്കയറുന്നിടങ്ങളിലോ ഇവ ഉണ്ടാകുന്നു. പ്രകൃതിദത്തമായി രൂപംകൊണ്ട ഗ്രോട്ടോഗുഹകൾക്കുദാഹരണമാണ് ഇറ്റാലിയൻ ദ്വീപുരാഷ്ട്രമായ കാപ്പിരി (കാപ്രി)യിലെ 'അസൂരി' (ബ്ലൂഗ്രോട്ടോ), ബംഗാൾ ഉൾക്കടലിനു സമീപത്തുള്ള ടൈബേറിയസിലുള്ള ഗ്രോട്ടോ എന്നിവ.

കൃത്രിമഗ്രോട്ടോകൾ

പ്രകൃതിദത്തമായ ഗ്രോട്ടോഗുഹകൾക്കൊപ്പം വിവിധ ആവശ്യങ്ങൾക്കായും മനുഷ്യൻ ഗ്രോട്ടോകൾ നിർമിക്കാൻ ആരംഭിച്ചിരുന്നു. പതിനാറാം ശതകത്തിൽ ഇറ്റലിയിൽ 'മാനെറിസ്റ്റ്' സമ്പ്രദായത്തിലുള്ള ശിൽപ്പവിദ്യ വികാസം പ്രാപിച്ചതോടെ ഈ സമ്പ്രദായവും ഉടലെടുത്തു. ക്രിസ്തുമതവുമായി ബന്ധപ്പെട്ടാണ് ഗ്രോട്ടോഗുഹകൾ ഉണ്ടാക്കുന്നത്. ഇറ്റലിയിലെ 'പ്ലാസോപിട്ടി'യിലെ 'ബോബ്ലി ഗാർഡ'നിൽ ഇങ്ങനെ നിർമിക്കപ്പെട്ട രണ്ടു ഗ്രോട്ടോസ് കാണാം. പാറകളിൽ കൊത്തിയെടുത്ത മുഖമണ്ഡപവും അകവശത്ത് തെളിനീരുറവകളും ഉണ്ടാകും. ഇവയ്ക്കു ചാരെയായി ചെറിയ ആരാധനാലയങ്ങളും കാണാം.

4

ലോകത്തിലെ പ്രസിദ്ധ ഗുഹകൾ

നമ്മുടെ സംസ്ഥാനത്തിന്റെ ഒരറ്റത്തുനിന്ന് മറ്റേയറ്റംവരെ ഒരു ഗുഹയിലൂടെ സഞ്ചരിച്ചു കണ്ടാൽ എങ്ങനെയിരിക്കും? ഇത്രയും നീളമുള്ള ഗുഹകൾ വരെ ലോകത്തുണ്ട് എന്നതത്രെ അതിശയകരമായ കാര്യം. ലോകത്തുള്ള ഇത്തരം കൗതുകകരമായ ഗുഹകളെക്കുറിച്ച് കേൾക്കൂ...

നീളൻ ഗുഹ അഥവാ, മാമത്ത് ഗുഹ

പ്രകൃതിദത്ത ഗുഹകളിൽ ഏറ്റവും നീളമേറിയത് അമേരിക്കയിലെ കെന്റക്കിയിലുള്ള മാമത്ത് ഗുഹയാണ് (Mammoth cave National park) ഗ്രീൻ നദിക്കും അതിന്റെ പോഷകനദിയായ നോളിൻ നദിക്കും ചുറ്റപ്പെട്ടു സ്ഥിതിചെയ്യുന്ന മാമത്ത് ഗുഹക്ക് 591കിലോ മീറ്ററാണ് നീളം. യൂറോപ്പുകാരനായ ജോൺ ഹോച്ചിൻ ആണ് ഇത് കണ്ടെത്തിയത്, പതിനെട്ടാം നൂറ്റാണ്ടിന്റെ അന്ത്യത്തിൽ. ഇത് ഒരു നാഷണൽ പാർക്കാണിപ്പോൾ. യുനെസ്കോയുടെ ലോകപൈതൃകപട്ടികയിൽ സ്ഥാനം പിടിച്ച മാമത്ത് ഗുഹയിൽ സന്ദർശകർ വന്നുകൊണ്ടേയിരിക്കുന്നു. ആറായിരത്തോളം വർഷത്തെ പഴക്കം കണക്കാക്കുന്ന ഈ ഗുഹ പക്ഷേ, ഇതുവരെ ആരും പൂർണമായി നടന്നുകണ്ടിട്ടില്ല എന്നതത്രെ വാസ്തവം! നീണ്ടുപോകുന്ന ഒറ്റ വരിപ്പാതയല്ല ഈ ഗുഹയിലുള്ളത്. പലവഴികളായി നദിയും തോടും കുന്നും ചാലുകളും കുഴികളുമൊക്കെയായി ശരിക്കും മറ്റൊരു ഭൂലോകം തന്നെ! ചുണ്ണാമ്പുപാറകളും തൂണുകളും മറ്റുംനിറഞ്ഞ മാമത്ത് ഗുഹ ഒരു അതിശയലോകം തന്നെയത്രെ. ഇരുണ്ട സ്ഥലങ്ങൾ താവളമാക്കുന്ന വവ്വാലുകൾ, ചീവീടുകൾ തുടങ്ങിയ ജീവികളേ മാമത്ത് ഗുഹയിൽ താമസക്കാരായുള്ളൂ.

ഹിറാഗുഹ

സൗദി അറേബ്യയിലെ മക്കയിൽനിന്ന് രണ്ടുമൈൽ അകലെയുള്ള ജബലുന്നൂരിൽ (ജബൽപർവതം) സ്ഥിതിചെയ്യുന്ന ചരിത്രപ്രസിദ്ധമായ ഗുഹയാണ് ഹിറാഗുഹ. വിശുദ്ധ കക്കബാലയത്തിൽനിന്ന് ഏകദേശം മൂന്നു കിലോമീറ്റർ അകലെയുള്ള ഈ ഗുഹയിൽ ധ്യാനനിമഗ്നനായിരിക്കുമ്പോഴായിരുന്നു മുഹമ്മദ് നബിക്ക് ആദ്യമായി ദൈവത്തിന്റെ ബോധനം ലഭിക്കുന്നത്. ഇസ്ലാമികചരിത്രത്തിൽ വളരെ സ്ഥാനമുള്ള പ്രദേശമായ ഹിറയിൽ വെച്ചാണ് പ്രവാചകനെ മാലാഖയായ ജിബ്‌രീൽ 'ഇഖ്റഅ്' (വായിക്കുക) എന്ന് വായിച്ചു കേൾപ്പിച്ചത്. അതായിരുന്നു പരിശുദ്ധഗ്രന്ഥമായ *ഖുർ-ആന്റെ* ആരംഭം. അങ്ങനെയാണ് ഗുഹ 'പ്രകാശത്തിന്റെ പർവതം' എന്നറിയപ്പെട്ടത്. മൂന്നര മീറ്റർ നീളവും ഒന്നരമീറ്റർ വീതിയുള്ള ഈ ഗുഹ ദുർഘടമായ പാതകൾ താണ്ടിയാൽ മാത്രമേ എത്തിപ്പെടുകയുള്ളൂ. ഇവിടേക്ക് ഹജ്ജ് ഉംറ സീസണുകളിലും അല്ലാതെയും തീർഥാടകർ എത്തുന്നു. ഏറെ അപകടം നിറഞ്ഞ ഈ യാത്ര ഏറെ പുണ്യം നിറഞ്ഞതാണ്. ഇങ്ങോട്ട് കേബിൾ കാർ സംവിധാനം ഏർപ്പെടുത്താൻ ബന്ധപ്പെട്ട വൃത്തങ്ങൾ തീരുമാനിച്ചിട്ടുണ്ട്.

ഇസ്റിസെൻവെൽറ്റ് (Eisriesenwelt Cave)

42 കിലോമീറ്റർ നീളമുള്ള ഈ ചുണ്ണാമ്പുഗുഹ ഓസ്ട്രിയയിലെ വെർഫെനിലാണ് സ്ഥിതിചെയ്യുന്നത്. ആൽപ്സ് പർവതനിരയുടെ ഭാഗ

ഇസ്റിസെൻവെൽറ്റ്

മായ ഹോച്ച്കോഗെൽ മലയുടെ ഉൾഭാഗത്തായാണ് ഗുഹ. ഏതു സമയത്തും തുറന്നിരിക്കുന്ന ഗുഹാമുഖം വഴി അകത്തുനിന്നുള്ള തണുത്ത കാറ്റ് ചൂടുകാലത്ത് പുറത്തേക്കു വീശാറുണ്ട്. ഗുഹ മഞ്ഞുകൊണ്ട് മൂടപ്പെട്ടിട്ടുമുണ്ട്. തണുത്ത കാറ്റിന്റെ രഹസ്യവും ഇതുതന്നെ. മഞ്ഞ് ഉരുകാതെ ഒരേ അവസ്ഥയിലിരിക്കാനും ഈ പ്രക്രിയ സഹായിക്കുന്നു. ലോകത്തിലെ ഏറ്റവും വലിയ ഐസ് ഗുഹയും ഇതുതന്നെയാണ്.

'നരകത്തിലേക്കു പോകുന്നവർക്കുള്ള പ്രവേശനകവാടം' എന്നാണ് സമീപവാസികൾ ഗുഹയ്ക്കു നൽകുന്ന വിശേഷണം. 1879 ൽ സാൽസ്ബെർഗിലെ പ്രകൃതിശാസ്ത്രജ്ഞനായ 'ആന്റൺ പോസെൽറ്റ്' ആയിരുന്നു തന്റെ ഗവേഷണങ്ങൾക്കിടയിൽ പുറംലോകത്തിന് അജ്ഞാതമായിരുന്ന ഈ ചുണ്ണാമ്പുഗുഹയെക്കുറിച്ച് വിവരം നൽകിയത്. കണ്ടെത്തിയതിന്റെ തൊട്ടടുത്ത വർഷംതന്നെ ഗുഹയെക്കുറിച്ചും തന്റെ നിഗമനങ്ങളും ലക്ഷ്യങ്ങളും കണ്ടെത്തലുകളും പോസെൽറ്റ് പ്രസിദ്ധീകരിച്ചിരുന്നു. ആദ്യമായി ഈ ഗുഹയിലേക്ക് ഒരു യാത്രനടത്തിയത് 1912 ൽ സഞ്ചാരിയായ അലക്സാണ്ടർ മാൻമോർക്ക് ആയിരുന്നു. സമുദ്രനിരപ്പിൽനിന്ന് 1640 മീറ്റർ ഉയരത്തിലാണ് ഗുഹ സ്ഥിതിചെയ്യുന്നത്.

വിനോദസഞ്ചാരകേന്ദ്രം കൂടിയായ ഗുഹ ഇന്ന് നാഷണൽ ഓസ്ട്രിയൻ ഫോസ്റ്റ് കമ്മിഷന്റെ അധികാരപരിധിയിലാണ്. 42 കിലോമീറ്റർ ഗുഹ നീളുന്നുണ്ടെങ്കിലും ഏകദേശം ഒരു കിലോമീറ്റർ (134 മീറ്റർ) വരെ മാത്രമേ സന്ദർശകരെ പോകാൻ അനുവദിക്കാറുള്ളൂ. തണുത്തുറഞ്ഞ അന്തരീക്ഷമാണ് ഗുഹയ്ക്കകമെന്നതിനാൽ തണുപ്പിൽനിന്ന് രക്ഷ നേടാനുള്ള വസ്ത്രങ്ങൾ ധരിച്ചാണ് അകത്തേക്കു വിടാറ്. കുത്തനെയുള്ള കയറ്റം കയറിവേണം ഗുഹയ്ക്കകത്തെത്താൻ. അകത്ത് ഫോട്ടോഗ്രാഫിയും നിരോധിച്ചിട്ടുണ്ട്.

വവ്വാലുകളുടെ സ്വന്തം ജൂവൽഗുഹ

വലുപ്പത്തിന്റെ കാര്യത്തിൽ ലോകത്ത് രണ്ടാം സ്ഥാനമാണ് അമേരിക്കയിലെ സൗത്ത് ഡകോട്ടയിലെ ജൂവൽ ഗുഹയ്ക്കുള്ളത്. 225 കിലോമീറ്ററോളം നീണ്ടുകിടക്കുന്ന പാതയുള്ള ഗുഹ 141 മൈൽ നീളമുണ്ട്. 1900ൽ പ്രദേശവാസികളായ ആൽബർട്ട് മിച്ചർ, ഫ്രാങ്ക് എന്നീ സഞ്ചാരപ്രിയരാണ് ഇടുങ്ങിയ ഗുഹാമുഖത്തോടു കൂടിയ ഗുഹ ആദ്യമായി പുറംലോകത്തറിയിച്ചത്. ഒരാൾക്ക് കഷ്ടിച്ചുമാത്രം അകത്തേക്കു പ്രവേശിക്കാൻ കഴിഞ്ഞിരുന്ന ഗുഹയുടെ മുഖം ഡൈനാമിറ്റ് ഉപയോഗിച്ച് പൊട്ടിച്ച് വ്യാസം വർധിപ്പിക്കുകയായിരുന്നു. കാലങ്ങളായി ഉറഞ്ഞുകൂടിയ ചുണ്ണാമ്പുകല്ലുദ്രവീകരണം മൂലമത്രെ ഇന്നത്തെ രൂപത്തിലായത്. പല ആകൃതിയിലുള്ള മാർബിൾ ഫലകങ്ങൾ കണ്ടെത്തിയതുകൊണ്ടാണ് ഗുഹ 'ആഭരണഗുഹ' അഥവാ ജൂവൽകേവ് എന്നറിയപ്പെട്ടത്.

ഗുഹയിലേക്ക് വിനോദസഞ്ചാരികൾ എത്തിത്തുടങ്ങുന്നത് 1972 മുതലാണ്. ബലൂണാകൃതിയിൽ മഗ്നീഷ്യം സൃഷ്ടിച്ച ഒരുഭാഗം ഗുഹയിൽ

കാണാം. എന്നാൽ ധാതുനിക്ഷേപങ്ങൾ ഒന്നുംതന്നെ ഗുഹയിൽ കാണാൻ സാധിച്ചിട്ടില്ല. അമ്ലാംശം നിറഞ്ഞ വെള്ളം കെട്ടിക്കിടന്നതിന്റെ ഫലമായി ചുണ്ണാമ്പുകല്ലിൽ വിള്ളലുകളായി അവ ക്രമേണ ഗുഹാഭിത്തികളായി മാറിയിട്ടുമുണ്ട്. രണ്ടു മൈൽ മാത്രം നീളമുണ്ടായിരുന്ന ഗുഹ വർഷങ്ങളുടെ ശ്രമഫലമായി 15 മൈലോളം വർധിപ്പിച്ചത് പ്രദേശവാസികൾതന്നെയായിരുന്നു. തൂങ്ങിക്കിടക്കുന്ന ആയിരക്കണക്കിന് വവ്വാലു

ജൂവൽ ഗുഹ

കളും ചിലന്തിവലകളും കൊണ്ട് ശ്രദ്ധേയമായ ജൂവൽഗുഹ വിനോദസഞ്ചാരികൾക്ക് എന്നും അതിശയങ്ങൾ സമ്മാനിക്കുന്നു.

ഫോങ് ഡി ഗൗമി

'ചിത്രകലയുടെ ഗുഹാസങ്കേതം' എന്നറിയപ്പെടുന്ന ഫോങ് ഡി ഗൗമി ഫ്രാൻസിലെ ഡോർഡോൺ താഴ്‌വരയിൽ സ്ഥിതിചെയ്യുന്നു. ചരിത്രാതീതകാലത്തെ ചുവർചിത്രങ്ങളാണ് ഗുഹയുടെ പ്രധാന സവിശേഷത. ഇരുപത്തയ്യായിരം വർഷങ്ങൾക്കുമുമ്പ് ഈ താഴ്‌വരയിൽ കുടിയേറിയ മനുഷ്യരുടെ വാസസ്ഥലമായിരുന്നു ഇത് എന്ന് ഗവേഷകർ കരുതുന്നു. കൂടുതൽ കാലമൊന്നും ഇവർ ഇവിടെ ഉണ്ടായിരുന്നില്ലെന്നും ഉപേക്ഷിക്കപ്പെട്ട ഗുഹയിൽ 19-ാം നൂറ്റാണ്ടിനുശേഷം മറ്റൊരു ജനത താമസമാക്കിയെന്നും ചരിത്രം പറയുന്നു. ഗുഹയിലെ അമൂല്യമായ ചിത്രങ്ങൾ പുറംലോകമറിയുന്നത് ഡെനിസ് ചെയ്റോണി എന്ന ചരിത്രാധ്യാ

ഫോങ് ഡി ഗൗമിയിലെ കാട്ടുപോത്തിന്റെ ചിത്രം

പകനിലൂടെയായിരുന്നു. 17000 ബി സിയിലെ മഗ്ഡാലിനിയൻ യുഗം മുതലുള്ള ചിത്രങ്ങൾ ഗുഹയിൽ കാണാം. അഞ്ച് കാട്ടുപോത്തുകളുടെ ചിത്രങ്ങളാണ് 1966 ൽ കണ്ടെത്തിയ ഗുഹയിലെ ചിത്രങ്ങളിൽ കൗതുകമുള്ളത്. കൂടാതെ കുതിരകളും മാമത്തുകളും ചുമരുകളിൽ ആലേഖനം ചെയ്തിട്ടുണ്ട്.

ലെച്ചുഗില്ലാ ഗുഹ (ലെക്കുഗിച്ച)

സ്വാഭാവികത കൈമോശം വരാതിരിക്കാനായി സന്ദർശകരുടെ വരവ് കർശനമായി നിരോധിച്ച ഈ ഗുഹ അമേരിക്കയിലെ മെക്സിക്കോയിൽ

ലെച്ചുഗില്ലാ ഗുഹ

'കാൾസ് ബാഡ് കാവേഴ്സ് നാഷണൽ പാർക്കിൽ' 193 മീറ്റർ നീളത്തിൽ സ്ഥിതിചെയ്യുന്നു. ലോകത്തിലെ നീളമേറിയ അഞ്ചാമത്തെ ഗുഹയായി പരിഗണിക്കപ്പെടുന്ന ലെച്ചുഗ്വില, സൾഫർ, മഗ്നീഷ്യം, ഇരുമ്പ് എന്നിവയുടെ ഖനികൂടിയാണ്. ചുണ്ണാമ്പുകല്ലുകളും സൾഫർ നിക്ഷേപങ്ങളും മറ്റു ധാതുപദാർഥങ്ങളും കൊണ്ടുസമ്പന്നമാണിത്. ഏകദേശം 489 മീറ്റർ ആഴം കണക്കാക്കുന്ന ഗുഹയുടെ അന്തരീക്ഷം ഗവേഷകർക്ക് ഒട്ടുവളരെ അറിവുകൾ സമ്മാനിച്ചിട്ടുണ്ട്. ഔഷധഗുണമുള്ള ജൈവപ്രാണികൾ, ചെമോലിത്തോട്ടോട്രോഫിക് ബാക്ടീരിയകൾ എന്നിവകളുടെ സമൃദ്ധം കൂടിയത്രെ ഗുഹാപ്രദേശം. എന്നാൽ ഗുഹയുടെ ഭാവിയെ ബാധിക്കുന്ന ചില പാരിസ്ഥിതിക പ്രശ്നങ്ങൾ കൂടിയുണ്ട്. പ്രസ്തുത പ്രദേശത്തു നടക്കുന്ന എണ്ണഖനനവും ഗ്യാസ് പ്ലാന്റും ഗുഹയ്ക്കകത്തെ സ്വാഭാവികാന്തരീക്ഷത്തിന് പ്രശ്നങ്ങളുണ്ടാക്കുന്നു. ബ്യൂറോ ഓഫ് ലാന്റ് മാനേജ്മെന്റ് ആണ് ഈ സംരംഭത്തിനുപിന്നിൽ.

ആഴത്തിൽ രണ്ടും മൂന്നും സ്ഥാനങ്ങൾ

ലോകത്തിലെ ഏറ്റവും ആഴമുള്ളത് വൊറോന്യഗുഹയാണല്ലോ. രണ്ടാംസ്ഥാനം ഫ്രാൻസിലെ ഗൗഫ്രീ മിറോൽഡ ലൂയൻ ബൗക്ലിയർ ഗുഹയും മൂന്നാമത്തേത് ആസ്ട്രിയയിലെ 'ലാംബ്രേച്സോ ഫെൻവോഗെൽചാപ്റ്റ്' ഗുഹയുമാണ്.

സ്വയം പ്രകാശിക്കുന്ന ഗുഹ

അറബിക്കഥകളിലാണ് ഇത്തരം സ്വയം പ്രകാശിക്കുന്ന ഗുഹകൾ ഉള്ളതെന്ന് വിശ്വസിച്ചിട്ടുള്ളതെങ്കിൽ തിരുത്തിക്കോളൂ... ന്യൂസിലാന്റിലെ 'നോർത്ത് ഐലന്റിലെ' വൈതോമോ എന്ന ഗുഹയെക്കുറിച്ച് കൂടുതലറിയുമ്പോൾ ആരും അതിശയിച്ചുപോകും....

നോർത്ത് ദ്വീപിലെ ഓക്ലന്റ് പട്ടണത്തിൽനിന്ന് 193 കിലോമീറ്റർ തെക്കുമാറിയാണ് 'വൈതോമോ' ഗുഹകൾ സ്ഥിതിചെയ്യുന്നത്. ലോകത്തിന്റെ നാനാഭാഗത്തുനിന്നും ഇവിടേക്കെത്തുന്ന സഞ്ചാരികളെ പുഴയിലൂടെ ചങ്ങാടത്തിലോ, ചെറിയ ജലയാനങ്ങളിലോ ബന്ധപ്പെട്ടവർ കൊണ്ടുചെന്നെത്തിക്കുന്നത് ഒരു ഗുഹയിലേക്കാണ്. ഗുഹയുടെ ഏറ്റവും ഉള്ളിലേക്കു പോകുമ്പോൾ ജലയാനങ്ങളിലെ വിളക്കുകൾ അണയുകയാണ് ചെയ്യുന്നത്. അപ്പോൾ കുറ്റാക്കൂറ്റിരുട്ടിൽ ഗുഹയുടെ ഇരുവശങ്ങളും ആയിരക്കണക്കിന് നക്ഷത്രദ്വീപങ്ങളാൽ നിറഞ്ഞിരിക്കുന്ന കാഴ്ചയാണ് സഞ്ചാരികൾ കാണുന്നത്. അവയുടെ പ്രതിഫലനം ജലത്തിലില്ല! ഗുഹയ്ക്കു മേൽക്കൂരയും പ്രകാശപ്രളയംതന്നെ!

ഗുഹയാണ് ഇങ്ങനെ പ്രകാശം മിന്നിക്കുന്നതെന്നു കരുതിയെങ്കിൽ തെറ്റി. അല്ല, ഗുഹയുടെ ഭിത്തികളിൽ പറ്റിപ്പിടിച്ചിരിക്കുന്ന ഒരുതരം പുഴുക്കളാണ് ഇങ്ങനെ മിന്നുന്നത്. നമ്മുടെ മിന്നാമിനുങ്ങുകളെപ്പോലെ പ്രകാ

സ്വയം പ്രകാശിക്കുന്ന വൈതോമോ ഗുഹ

ശിച്ച് ഇണകളെ ആകർഷിക്കുകയാണ് ഈ പുഴുക്കളും ചെയ്യുന്നത്. ഇവയുടെ ശരീരത്തിന്റെ പിൻഭാഗമാണ് ഇങ്ങനെ പ്രകാശിക്കുന്നത്. ഈ അതിശയം കാണാൻ വിനോദസഞ്ചാരികൾ ധാരാളമായാണ് എത്തിക്കൊണ്ടിരിക്കുന്നത്.

ക്രാസ്പീഠഭൂമിയിലെ ഗുഹകൾ

തെക്കുപടിഞ്ഞാറൻ സ്ലോവേനിയയിൽ ഇറ്റലിയുടെ വടക്കുകിഴക്ക് ഭാഗം വരെ വ്യാപിച്ചുകിടക്കുന്ന ക്രാസ്പീഠഭൂമിയിൽ നിരവധി ഗുഹകൾ നിലകൊള്ളുന്നുണ്ട്. മനോഹരമായ ചുണ്ണാമ്പുകല്ലുകൾകൊണ്ട് അതിർത്തിരേഖ തീർത്തതുപോലെ കിടക്കുന്ന പീഠഭൂമിക്ക് അലങ്കാരം തന്നെയാണ് ഇവിടുത്തെ ഗുഹകൾ. ചെറുതും വലുതുമായ ഗുഹകൾ. ഇതിൽ 20570 മീറ്റർ നീളമുള്ള 'പോസ്റ്റോജ്ന ഗുഹ', സ്ലോവേനിയയിലെ ഏറ്റവും വലിയഗുഹ എന്ന നിലയിലും അതിമനോഹരമായ വിനോദ സഞ്ചാരകേന്ദ്രം എന്നനിലയിലും ഏറെ പ്രാധാന്യമർഹിക്കുന്നു. സ്ലോവേനിയയിലെ 'പ്രിവ്കാ'നദിയാണ് ഈ ഗുഹയുടെ രൂപീകരണത്തിനു കാരണമായത് എന്ന ഒരു വിശ്വാസമുണ്ട്. പലതരത്തിലുള്ള അപൂർവയിനം ജീവജാലങ്ങളുടെ ആവാസകേന്ദ്രമെന്ന നിലയിലും പോസ്റ്റോജ്ന ഗുഹ ലോക ശ്രദ്ധയാകർഷിക്കുന്നു.

സ്കോക്ജാൻ ഗുഹ

ക്രാസ്പീഠഭൂമിയിലെ ജനശ്രദ്ധയാകർഷിക്കുന്ന മറ്റൊരു ഗുഹയാണ് സ്കോക്ജാൻ. നയനാനന്ദകരമായ കാഴ്ച പ്രദാനം ചെയ്യുന്ന ഈ ഗുഹ

ക്രാസ് മേഖലയിൽ സ്ലോവേനിയയ്ക്കു തെക്കുപടിഞ്ഞാറായാണ് സ്ഥിതി ചെയ്യുന്നത്. ഇരുന്നൂറുമീറ്ററോളം ആഴമുള്ള ഗുഹയ്ക്ക് ഏകദേശം അഞ്ചു മീറ്ററോളം നീളത്തിൽ നടപ്പാതയുമുണ്ട്. പ്രകൃതിമനോഹരമായ നിരവധി വെള്ളച്ചാട്ടങ്ങൾക്കും ഈ ഗുഹ അരങ്ങൊരുക്കുന്നുണ്ട്. വെങ്കലയുഗത്തിന്റെ അവസാനകാലത്തും ഇരുമ്പുയുഗത്തിന്റെ തുടക്കദശയിലും നിരവധി ആരാധനാലയങ്ങൾ ഗുഹയുമായി ബന്ധപ്പെട്ട സ്ഥലങ്ങളിൽ നിർമിക്കപ്പെട്ടിരുന്നു. യൂറോപ്യന്മാർക്കിടയിൽ പുരാതനമായ ഒരു തീർഥാടന കേന്ദ്രം എന്നനിലയിലും ക്രാസ്പീഠഭൂമി പ്രദേശം പുകൾപെറ്റതാണ്.

ചൗവെറ്റ്

പാലിയോലിത്തിക് ചിത്രങ്ങൾകൊണ്ടു സമ്പന്നമായ ഗുഹയാണ് തെക്കൻ ഫ്രാൻസിലെ ആൻഡേക്ക് മലയിടുക്കുകളിൽ കാണപ്പെടുന്നത്. വളരെ വർഷങ്ങളോളം ഉപയോഗശൂന്യമായി കിടന്നിരുന്ന ഗുഹ 1994

ചൗവെറ്റ് ഗുഹയിലെ ചിത്രങ്ങൾ

ഡിസംബർ 18 നാണ് എലിത്തി ബ്രൂണൽ, ക്രിസ്റ്റ്യൻ ഹിലരി, ജെയ്ൻമാരി ചൗവെറ്റ് എന്നീ ഗവേഷകർ കണ്ടെത്തിയത്. മൂന്നാമന്റെ പേരിലാണ് ഗുഹ പുറംലോകമറിഞ്ഞത്. ഔറിഗാൻ സിയൻ, ഗ്രാവിറ്റെൻ മനുഷ്യവംശങ്ങളാണ് ഗുഹാവാസികൾ എന്നും തിരിച്ചറിഞ്ഞിട്ടുണ്ട്. ജീവൻ തുടിക്കുന്ന പതിമൂന്നോളം വ്യത്യസ്ത മൃഗങ്ങളുടെയും മറ്റും ചിത്രങ്ങൾ ഏറെ ആകർഷകമത്രെ. എന്നാൽ ഒരൊറ്റ മനുഷ്യരൂപവും ഭിത്തികളിൽ ഇല്ലയെന്നതും ശ്രദ്ധേയമാണ്. മനുഷ്യനെ വരയ്ക്കുന്നത് ദൈവകോപത്തിനിരയാക്കും എന്ന വിശ്വാസമായിരിക്കാം ഇതിനുകാരണമെന്ന് അനുമാനിക്കപ്പെടുന്നു. ഭിത്തികളിലെ പായലും മറ്റും വൃത്തിയായി ചുരണ്ടിമാറ്റി മരക്കറയുപയോഗിച്ചാണ് നൂറോളം ചിത്രങ്ങൾ രചിച്ചിട്ടുള്ളത്, സിംഹം, കരിമ്പുലി, കുതിര, കലമാൻ, കാണ്ടാമൃഗം തുടങ്ങി ഇരപിടിക്കുന്ന മൃഗങ്ങളും കാണാം. കൂടാതെ അർഥം മനസിലാക്കാൻ പറ്റാത്ത വരകളും ചിഹ്നങ്ങളും വേറെയുമുണ്ട്. അവരുടെ ലിപിയോ സൂചനകളോ ആകാം അവയെന്നും കരുതുന്നു. പുകക്കറ കണ്ടെത്തിയതിൽനിന്നും തീയും

അവർ ഉപയോഗിച്ചിരുന്നുവെന്ന് ഗവേഷകർ കണ്ടെത്തി. ഈ മനോഹര ചിത്രങ്ങൾ തന്നെയാണ് ചൗവെറ്റ്ഗുഹയുടെ പ്രധാന സവിശേഷതയും.

ബാട്ടുഗുഹകൾ

ബാട്ടുഗുഹ

400 ദശലക്ഷം വർഷങ്ങൾ പഴക്കം കാണുന്ന ബാട്ടുഗുഹകൾ മലേഷ്യയിലെ ക്വാലാലംപൂരിലെ ഗോമ്പക്ക് ജില്ലയിൽ സ്ഥിതിചെയ്യുന്നു. ഗുഹകളും ഗുഹാക്ഷേത്രങ്ങളും ചേർന്ന ഇവിടം ഒരു ചുണ്ണാമ്പുമലയാണ്. ഇവിടെ നിന്ന് ഉത്ഭവിക്കുന്ന 'സുൻഗായ്ബാട്ട്' നദിയിൽനിന്നാണ് ഗുഹകൾക്ക് ഇങ്ങനെപേരുണ്ടായത്. പ്രധാനപ്പെട്ട മൂന്നു ഗുഹകളും അനേകം കൊച്ചുഗുഹകളും ചേർന്ന പ്രദേശത്ത് 'ഒറാംഗ് അസ്‌ലി' എന്ന ഗോത്രവർഗനിവാസികളും ചൈനീസ് വംശജരും താമസിച്ചിരുന്നുവെന്ന് ചരിത്രം. ഇന്ത്യക്കാരനായ 'തംബുസ്വാമിപിള്ളൈ'യാണ് 1800 കളിൽ ഗുഹകളെക്കുറിച്ചുള്ള വിവരം ആദ്യമായി പുറംലോകത്തെത്തിച്ചത്. ശൂലാകൃതിയാണ് ഗുഹാമുഖത്തിനുള്ളത്. തടാകങ്ങളും കുളങ്ങളും ഇവയിലെ വ്യത്യസ്ത ഇനത്തിൽപ്പെട്ട മത്സ്യങ്ങളും ഗുഹാസന്ദർശകർക്ക് ആഹ്ലാദവും അതിശയവും സമ്മാനിക്കുന്ന കാഴ്ചകളത്രെ. ഗുഹാമുഖത്തുള്ള കുരങ്ങന്മാരും ഇവിടുത്തെ പ്രധാന ആകർഷണമാണ്. 'ക്ഷേത്രഗുഹ' എന്ന് പ്രധാനഗുഹ അറിയപ്പെടുന്നു. വില്ലുപോലെ വളഞ്ഞുനിൽക്കുന്നതാണ് മേൽക്കൂര. ആർട്ട്ഗ്യാലറി ഗുഹ, മ്യൂസിയം ഗുഹ എന്നിങ്ങനെ അറിയപ്പെടുന്ന രണ്ടു ക്ഷേത്രഗുഹകൾ ബാട്ടുമലയ്ക്കു താഴെ വേറെയും കാണാം. ഏതാനും വർഷങ്ങളായി ബാട്ടുമലയിൽ സ്ഥാപിക്കപ്പെട്ട മുരുകപ്രതിമ ലോകത്തിലെ ഏറ്റവും വലിയ പ്രതിഷ്ഠയായാണു കരുതിപ്പോരുന്നത്.

വോൾഫ് ഗുഹ

'ആയിരംതടാകങ്ങളുടെ നാട്' എന്നറിയപ്പെടുന്ന ഫിൻലാന്റിലെ ഏറ്റവും പ്രാചീനമായ മനുഷ്യവാസകേന്ദ്രമായ വോൾഫ്ഗുഹ ക്രിസ്റ്റി

സ്റ്റെഡ് പട്ടണത്തിലെ പൈഹവൗരി മലയിലാണുള്ളത്. ഗുഹയിൽ പുരാവസ്തു ഗവേഷകർ പഠനം നടത്തുമ്പോൾ ചുട്ടുപഴുത്തനിലയിലുള്ള കല്ലുകളും നിരവധി ശിലായുധങ്ങളും കണ്ടെടുത്തിരുന്നു. ഇവയ്ക്ക് 12000 ത്തിലേറെ വർഷം പഴക്കമാണ് കണക്കാക്കപ്പെട്ടത്. സസ്തനികളുടെ അസ്ഥികളും പാറപ്പാളികളും ഗുഹയിൽനിന്ന് കണ്ടെത്തിയിരുന്നു. ഹിമയുഗകാലഘട്ടത്തിന്റെ ശേഷിപ്പുകളും ചിഹ്നങ്ങളും ഗുഹാപരിസരങ്ങളിൽനിന്ന് കണ്ടെടുക്കപ്പെട്ടിട്ടുണ്ട്. എട്ടോളം പാളികളായാണ് ഗുഹയുടെ ഉൾഭാഗം കാണപ്പെടുന്നത്.

പുരാവസ്തു ഗവേഷകരെ വളരെയധികം ആകർഷിച്ച ഗുഹയിൽ 1996 ലാണ് ഖനന-ശുദ്ധീകരണ-നവീകരണ പ്രവർത്തനങ്ങൾ ധൃതഗതിയിലായത്. 1997 ൽ നാഷണൽ ബോർഡ് ഓഫ് ആന്റികിറ്റീസ്, ജിയോളജിക്കൽ സർവേ ഓഫ് ഫിൻലാന്റ്, ഡിപ്പാർട്ട്മെന്റ് ഓഫ് ജിയോളജി ഇൻ ഹെൽസിങ്കി യൂണിവേഴ്സിറ്റി എന്നിവയുടെ കൂട്ടായ്മയോടെ പഠനങ്ങൾ പുരോഗമിക്കുകയും 2002 ൽ ഫലം പ്രദ്ധീകരിക്കുകയും ചെയ്തു. ഗുഹയുടെ പാതകൾ തടസപ്പെടാതിരിക്കാൻ ഗുഹാമുഖം കമ്പിവേലിയാൽ ചുറ്റപ്പെട്ടതും ഈ കാലയളവിലായിരുന്നു. ഒരു ഗുഹാഗവേഷണ പദ്ധതിക്ക് 2004 ൽ നാഷണൽ ബോർഡ് ഓഫ് ആന്റികിറ്റീസ് രൂപം കൊടുത്തിട്ടുമുണ്ട്.

ലാസ്കൗക്സ്ഗുഹ (Lascaux Cave)

യുനെസ്കോയുടെ ലോകപൈതൃകപ്പട്ടികയിൽ സ്ഥാനംപിടിച്ച ലാസ്കൗക്സ്ഗുഹ തെക്കുപടിഞ്ഞാറൻ ഫ്രാൻസിലെ മോൻഡിഗൻസ്

ലാസ്കൗക്സ്ഗുഹയിലെ ഒരു ചിത്രം

പ്രദേശത്തിനു ചാരെ സ്ഥിതിചെയുന്നു. 1940 സെപ്തംബർ 12ന് സൈമൻ കോയിൻകാസ്, മാർക്കേൽ രവിദത്ത്, ജാകവ്സ് മാഴ്സൽ, ജോർജസ് അഗ്നൽ തുടങ്ങിയ ഗവേഷകരാണ് കണ്ടുപിടിച്ചത്. 16000 വർഷത്തോളം കാലപ്പഴക്കം കാണുന്ന പാലിയോലിത്തിക് കാലഘട്ടചിത്രങ്ങൾ ഗുഹാ ഭിത്തിയിലുടനീളം കാണാൻ കഴിയും. രണ്ടായിരത്തോളം ചിത്രപ്പണികൾ ഗുഹയിലുണ്ട്. കുതിര, ആൺമാൻ, കാണ്ടാമൃഗങ്ങൾ, പക്ഷികൾ, മനുഷ്യൻ എന്നിവ ഉദാഹരണം. പ്രധാന സവിശേഷതയും ആകർഷണവും നാല് മുരട്ടുകാളകളുടെ ചിത്രങ്ങൾ തന്നെയാണ്. ഓരോന്നിനും പതിനേഴടിയോളം നീളവും കാണാം. ജീവൻതുടിക്കുന്ന ഈ കാളകൾ, അന്നത്തെ കലാകാരന്മാരുടെ കരവിരുത് നമുക്ക് കാട്ടിത്തരുന്നു. ഗുഹയും മറ്റും കാണാൻ വരുന്ന സന്ദർശകരുടെ എണ്ണം നാൾക്കുനാൾ വർധിച്ചതോടെ 1963 മുതൽ ഗുഹയിലേക്കുള്ള സന്ദർശകരെ കർശനമായി നിയന്ത്രിക്കുന്നു. ഗുഹാചിത്രങ്ങളിൽ ചിലത് നശിപ്പിക്കപ്പെടുകയും മറ്റു ചിലത് അവ്യക്തമാകുകയും ചെയ്തിട്ടുണ്ട്. കാളയുടെ രൂപത്തിലുള്ള നടപ്പുരയും കുറുകെയുള്ള പ്രവേശനകവാടവും കൊത്തുപണികൾ നിറഞ്ഞ അകത്തളങ്ങളും ലാസ്കൗക്സ് ഗുഹകളുടെ സവിശേഷതകളാണ്.

ആൾട്ടമിറഗുഹ

പാലിയോലിത്തിക് ഗുഹാചിത്രകലകൾക്കു പേരുകേട്ട മറ്റൊരു ഗുഹയാണ്, യുനെസ്കോ പൈതൃകപ്പട്ടികയിൽ ഉൾപ്പെടുത്തിയ ആൾട്ടമിറ ഗുഹ. സ്പെയിനിലെ 'സൻറ്റാൻറ്റർ' പട്ടണത്തിൽനിന്ന് പടിഞ്ഞാറായി 30

ആൾട്ടമിറഗുഹയിലെ ചിത്രങ്ങൾ

കിലോമീറ്റർ അകലെ സ്ഥിതിചെയ്യുന്ന ഗുഹ, 1879 ൽ മാഴ്സിലീനോ സാൻഡ് ഡി സൗത്തൂല എന്ന പുരാവസ്തുഗവേഷകനാണ് പുറംലോകത്തിന് അറിയിച്ചുകൊടുത്തത്. ആറ് മീറ്ററോളം ഉയരമുള്ള കവാടമാണ് ഗുഹയ്ക്കുള്ളത്. 296 മീറ്റർ നീളം കണക്കാക്കുന്ന ഗുഹയിൽ സൊലുട്രീൻ, മഗ്ഡലിനി എന്നീ കാലഘട്ടത്തിലെ മനുഷ്യരായിരുന്നു വസിച്ചിരുന്നത് എന്ന് അനുമാനിക്കുന്നു. കാട്ടുപോത്തിന്റെ ചിത്രങ്ങൾ ഗുഹയ്ക്ക് വേറിട്ട ആകർഷണം നൽകുന്നു. ഈ ചിത്രങ്ങൾക്കാകട്ടെ 15,000 വർഷങ്ങളുടെ പഴക്കമാണ് കണക്കാക്കുന്നത്. കാവിമണ്ണും മരക്കറയും കരിക്കട്ടയുമാണ് വരയ്ക്കാൻ ഉപയോഗിച്ചിട്ടുള്ളത്. ഗുഹയിലെ മുറികളും ഇടനാഴികളും 'S'എന്ന അക്ഷരംപോലെയാണ്. ആട്ടിടയന്മാരും മനുഷ്യന്റെ കൈപ്പത്തിയുമെല്ലാം ഭിത്തികളിൽ കോറിയിട്ടിരിക്കുന്ന അക്കാലത്തെ ചിത്രകാരന്മാരുടെ കലാവാസന ഏവരെയും അതിശയപ്പെടുത്തുകതന്നെ ചെയ്യും. ഇവയത്രയും മഗ്ഡലിനിയൻ കാലഘട്ടത്തിൽ വരച്ചതത്രെ.

വളരെയേറെക്കാലത്തെ ഉൽഖനനത്തിനുശേഷമാണ് സന്ദർശകരെ ആകർഷിക്കുന്ന ഈ ഗുഹ ഈവിധത്തിൽ സൗകര്യപ്പെടുത്തിയത്. 1879 ൽ കണ്ടുപിടിച്ചതിനുശേഷം മാഡ്രിഡ് സർവകലാശാലയിലെ പുരാവസ്തുശാസ്ത്രഗവേഷകനായ ജോൺ മിച്ചനോവവൈപീരിയയുടെ ഉത്സാഹഫലമായി ഗുഹ ഖനനത്തിന് തുടക്കംകുറിച്ചു. ഒപ്പം സൗത്തൂല (ആദ്യമായി ഗുഹയെ പരിചയപ്പെടുത്തിയ ഗവേഷകൻ)യുമുണ്ടായിരുന്നു. 1880 ലെ ലിസ്ബൺ പ്രീഹിസ്റ്റോറിക് കോൺഗ്രസിൽ ഇവരുടെ പഠനറിപ്പോർട്ട് ഉദ്ദേശിച്ച ഫലമുണ്ടാക്കിയിരുന്നില്ല. 1902 ൽ അംഗീകരിക്കപ്പെട്ടു.

വിനോദസഞ്ചാരികളുടെ അനിയന്ത്രിത പ്രവാഹം ഗുഹയുടെ സ്വാഭാവികതയ്ക്കും ചിത്രപ്പണികളുടെ നാശത്തിനും കാരണമാകുന്നതുകണ്ട് ബന്ധപ്പെട്ടവർ ആഴ്ചയിൽ 160 സന്ദർശകർക്കു മാത്രമേ പ്രവേശനം നൽകിവരുന്നുള്ളൂ.

നാരാകൊർത്തെ കേവ്സ് നാഷണൽ പാർക്ക്

ചുണ്ണാമ്പുപാറപ്രദേശങ്ങളിൽ നിലകൊള്ളുന്ന ഈ ഗുഹാപാർക്ക് തെക്കൻ ആസ്ട്രേലിയയിൽ തെക്കുകിഴക്കുഭാഗത്താണ്. ഇരുപത്തിയാറോളം ഗുഹകളുള്ള ഇവിടം 1994 ൽ പൈതൃകപ്പട്ടികയിൽ ഇടംനേടി. ഏകദേശം 500,000 വർഷങ്ങൾക്കു മുമ്പുള്ള ഹോളോകൈൻസ്, പ്ലീസ്റ്റോസെൻ കാലത്തുള്ള സസ്യങ്ങളുടെയും ജന്തുക്കളുടെയും അവശിഷ്ടങ്ങൾ ഗവേഷകർ കണ്ടെത്തുകയുണ്ടായി. ഇവ പഠനവിധേയമാക്കിയപ്പോൾ ഇരുന്നൂറു ദശലക്ഷം വർഷങ്ങൾക്കു മുമ്പ് ഈ പ്രദേശം സമുദ്രത്തിനടിയിലായിരുന്നുവെന്നും ചുണ്ണാമ്പുപാറകളുടെ ദ്രവീകരണത്തോടുകൂടി ഗുഹ ഉണ്ടാവുകയും ഗുഹാകവാടങ്ങളിൽ അനവധി സസ്യാവശിഷ്ടങ്ങളും ജന്തുക്കളുടെ അസ്ഥികളും അടിഞ്ഞുകൂടിയതാണ് എന്നും തെളിഞ്ഞു. ഗുഹയുടെ ചില ഭാഗങ്ങളിൽ ഇരുപതുമീറ്ററോളം ഉയരത്തിൽ ഫോസിലുകൾ അടിഞ്ഞുകൂടിയത് ഇപ്പോൾ സംരക്ഷിക്കപ്പെട്ടുകൊണ്ടി

രിക്കുന്നു. പ്രാചീനകാല ജീവജാലങ്ങളെക്കുറിച്ച് പഠിക്കാനും ഗവേഷണം നടത്താനും ഇവ ബന്ധപ്പെട്ടവരെ സഹായിക്കുന്നു. വവ്വാലുകളുടെ താവളം കൂടിയായ ഗുഹാപ്രദേശത്തുതന്നെയാണ് ബേറ്റ്, അലക്സാൻഡ്രഡ, ആപ്പിൾ ഡോർ എന്നീ ഗുഹകളും സ്ഥിതിചെയ്യുന്നത്.

മജ്‌ലിസ് അൽജിൻ

'ജിന്നുകളുടെ സംഗമകേന്ദ്രം' എന്നറിയപ്പെടുന്ന മജ്‌ലിസ് അൽജിൻഗുഹ, ലോകത്തിലെ രണ്ടാമത്തെ ഗുഹഅറകൾ എന്നറിയപ്പെടുന്നു. മധ്യപൗരസ്ത്യദേശത്തെ 'ഒമാനിലെ' സെൽമപ്ലാറ്റിയോ എന്ന സ്ഥലത്താണ് ഇതുള്ളത്. ഭൂഗർഭ ശാസ്ത്രജ്ഞനായ 'ഡേവിഡ്സൺ' ആണ് ഈ ഗുഹയെ ലോകത്തിനു പരിചയപ്പെടുത്തിയത്. പ്രവേശന കവാടത്തിലേക്ക് തൂങ്ങിക്കിടക്കുന്ന വലിയ പാറ ഏറെ ആകർഷകമാണ്.

മജ്‌ലിസ് അൽജിൻ ഗുഹ

ഗുഹാവാസികളായ ജീവികളുടെ രക്ഷാഭടനായി ഈ പാറയെ കരുതാം. ഗുഹയ്ക്ക് ഏകദേശം 340 മീറ്റർ നീളവും 22 മീറ്റർ വീതിയും കണക്കാക്കപ്പെടുന്നു.

ബ്ലൂഗ്രോട്ടോ ഗുഹ എന്ന നീലഗുഹ

1826 ൽ ജർമൻ കോളമിസ്റ്റും എഴുത്തുകാരനുമായ 'അഗസ്റ്റ്കോപിച്ച്' ലോകത്തിനു പരിചയപ്പെടുത്തിയ സമുദ്രഗുഹയാണ്, തെക്കൻ ഇറ്റലിയിലെ കാപ്പിരി (കാപ്പി) ദ്വീപിൽ സ്ഥിതിചെയ്യുന്ന ബ്ലൂഗ്രോട്ടോ. സമുദ്രനിരപ്പിൽനിന്ന് 1930 അടി ഉയരത്തിൽ ഗുഹയുടെ ഏറ്റവും ഉയർന്ന ഭാഗംനിലകൊള്ളുന്നു. ഏഴുകിലോമീറ്റർ നീളവും മൂന്നുകിലോമീറ്റർ വിസ്താരവുമുള്ള ഗുഹയുടെ, ഭാഗികമായി സമുദ്രത്തിലേക്കു താഴ്ന്നുകിടക്കുന്ന ഗുഹാമുഖമാണ് ബ്ലൂഗ്രോട്ടോയുടെ പ്രധാന ആകർഷണം. ഭൂഗർഭ

ജലത്തേക്കാൾ കടൽജലത്തിന്റെ നീലിമ അകത്തുകടന്ന് ഗുഹയാകെ നീലനിറം വ്യാപിക്കുന്നു. ഈ പ്രതിഭാസമായിരിക്കാം 'ബ്ലൂഗ്രോട്ടോ' എന്ന പേരിനു നിദാനം. സൂര്യപ്രകാശം പതിക്കുമ്പോൾ തെളിഞ്ഞുകാണുന്ന ഗുഹയുടെ മറ്റൊരുഭാഗം ചുണ്ണാമ്പുകല്ല് പാകിയ നിലയിൽ സമുദ്രത്തിലേക്കു താഴ്ന്നു കിടക്കുന്നു. ഇപ്പോൾ കാപ്പിരി ദ്വീപിന്റെ മുഖമുദ്രയായി തിളങ്ങിനിൽക്കുകയാണ് ബ്ലൂഗ്രോട്ടോ ഗുഹ.

സാരാവാക് ചാമ്പർ

ലോകത്തിലെ എണ്ണപ്പെട്ട ഗുഹകളിലൊന്നായ സാരാവാക്, മലേഷ്യൻ സ്റ്റേറ്റായ സാരാവാക്കിലെ ഗ്നുംഗ് മുലുനാഷണൽ പാർക്കിൽ 700 മീറ്റർ നീളത്തിലും 400 മീറ്റർ വീതിയിലും 70 മീറ്റർ ഉയരത്തിലും സ്ഥിതി ചെയ്യുന്നു. ഇംഗ്ലീഷ് സഞ്ചാരികളായ ആൻഡി എവിസ്, ഡേവ് ചെക്ക്ലെ, ടോണി വൈറ്റ് എന്നിവരാണ് 1981 ജനുവരിയിൽ ഇത് കണ്ടെത്തി ലോകത്തെ അറിയിച്ചത്.

വൊറോന്യ ഗുഹ

ലോകത്തിൽ ഏറ്റവും ആഴമുള്ള ഗുഹകളിൽ മുൻപന്തിയിൽ നിൽക്കുന്ന വൊറോന്യഗുഹ ജോർജിയയിലെ 'അബ്കാസി' യിൽ സ്ഥിതി ചെയ്യുന്നു. ഇതിന്റെ ആഴം 2191 മീറ്റർ ആണ്. ക്രൂബേറ എന്നും അറിയപ്പെടുന്ന വൊറോന്യക്ക് രണ്ടായിരം മീറ്ററിൽ കൂടുതൽ ആഴമുള്ള ലോകത്തിന്റെ ഒന്നാമത്തെ ഗുഹ എന്ന ബഹുമതിയുമുണ്ട്.

5

ഇന്ത്യയിലെ ഗുഹകൾ

ഗുഹകൾ ഇല്ലാത്ത രാജ്യങ്ങൾ ഇല്ല എന്നുതന്നെ പറയാം. ഇന്ത്യയിലുമുണ്ട് എത്രയോ ഗുഹകൾ. മഹാരാഷ്ട്രയിലെ അജന്ത, എല്ലോറ, എലിഫെന്റാ, കർലാ, കാൻഹരി ആന്ധ്രാപ്രദേശിലെ ബ്രാഹ്മണിക്കൽ ഗുഹ, തമിഴ്നാട്ടിലെ ബ്രഹ്മീശ്വര, വിഷ്ണു, ലക്ഷിതായണം, ജമ്മു കാശ്മീരിലെ നാരായൺ ഖൊരി, പീർഖുഷ്, വിശ്വേശ്വര എന്നിവ ഉദാഹരണങ്ങൾ മാത്രം. ഇന്ത്യയിലെ ഗുഹകളെക്കുറിച്ച് കേൾക്കൂ...

അജന്തയിലെ ഗുഹകൾ

1983 ൽ ലോകപൈതൃകപ്പട്ടികയിൽ സ്ഥാനം നേടിയ മഹാരാഷ്ട്രയിലെ ഔറംഗാബാദ് ജില്ലയിലെ ലോനാപ്പൂരിലുള്ള ഈ ഗുഹകളെക്കുറിച്ച് പുറംലോകമറിയുന്നത്, ബ്രിട്ടീഷ് സൈനികനും നായാട്ടുവീരനുമായിരുന്ന ജോൺസ്മിത്തും സംഘവും 1819 ൽ ഒരു കടുവയെ പിന്തുടർന്ന് ഈ ചരിത്രപ്രസിദ്ധ ഗുഹകൾക്കടുത്ത് ചെന്നെത്തിയപ്പോഴാണ് ഒരുകാലത്ത് ജ്വലിച്ചുനിന്നിരുന്ന ഈ ഗുഹയും ഗുഹാചിത്രങ്ങളും അങ്ങനെ ലോകത്തിനുമുന്നിൽ അനാവൃതമാകുകയായിരുന്നു. വഘോര എന്ന നദിയുടെ പ്രഭവസ്ഥാനത്തായിരുന്നു മുപ്പതോളം ഗുഹകൾ കാണപ്പെട്ടത്. ബുദ്ധമതവുമായി ബന്ധപ്പെട്ട ഈ ഗുഹകൾക്കും അകത്തെ ഗുഹാചിത്രങ്ങൾക്കും രണ്ടായിരംവർഷത്തെ പഴക്കം കാണുമെന്ന് ചരിത്രകാരന്മാർ അനുമാനിക്കുന്നു. ധ്യാനമണ്ഡപങ്ങളടക്കം ബുദ്ധന്റെ ജീവിതത്തിലെ സംഭവങ്ങളും ജാതകകഥകളുമായി ബന്ധപ്പെട്ട കാര്യങ്ങളുമാണ് കൊത്തിവെച്ചിട്ടുള്ളത്. അക്കാലത്തെ സാമൂഹിക ജീവിതം പ്രതിനിധാനം ചെയ്യുന്ന ചിത്രങ്ങളും കൂട്ടത്തിൽ കാണാം. ആദ്യകാലത്ത് നിർമിക്കപ്പെട്ടത്, ബുദ്ധമതത്തിലെ രണ്ടു വിഭാഗങ്ങളിലൊന്നായ 'ഹീന

അജന്തഗുഹകൾ

യാന'വുമായി ബന്ധപ്പെട്ടതും പിന്നീടുള്ളത് 'മഹായാന'ക്കാരുടേതു മത്രെ. ഉറപ്പുള്ള പാറകളിൽ നിർമിച്ചിരിക്കുന്ന ഗുഹകൾ വിദഗ്ധമായ കരവിരുതുകളാൽ മനോഹരമാണ്. ബി സി മൂന്നാം നൂറ്റാണ്ടിൽ ബുദ്ധ മത പ്രചാരണത്തിനായി അശോകചക്രവർത്തി നാനാദിക്കുകളിലേക്കും അയച്ച സന്യാസിമാരാണ് അജന്താ ഗുഹകൾ നിർമിച്ചിട്ടുണ്ടാകുക എന്ന് ചരിത്രകാരന്മാർ കരുതുന്നു. ഇന്ന് ഇവ സംരക്ഷിക്കപ്പെടുന്നു.

എല്ലോറയിലെ ഗുഹകൾ

മഹാരാഷ്ട്രയിലെ ഔറംഗാബാദ് ജില്ലയിൽ കാണപ്പെട്ട മറ്റൊരു ഗുഹാസമുച്ചയമാണ് എല്ലോറ. നൂറോളം ഗുഹകളിൽ 34 എണ്ണമാണ് പ്രാധാന്യമർഹിക്കുന്നത്. അഗ്നിപർവതസ്ഫോടന ഫലമായുണ്ടായ ലാവ ഒലിച്ചിറങ്ങി ഉണ്ടായ ഗുഹകളാണിത്. അഞ്ചാം നൂറ്റാണ്ടു മുതൽ പത്താം നൂറ്റാണ്ടുവരെ ജീവിച്ചിരുന്ന രാഷ്ട്രകൂടവംശത്തിന്റെ ഭരണകാലത്തായി രിക്കാം ഈ ഗുഹകളുടെ സുവർണകാലമെന്ന് പുരാവസ്തു ശാസ്ത്ര ജ്ഞർ പറയുന്നു. അക്കാലത്തെ മതസൗഹാർദത്തിന്റെ പ്രതീകമായി രുന്നു ഈ ഗുഹകൾ എന്നു കാണാം. ഗുഹകളിൽ 12 എണ്ണം ബുദ്ധമത ത്തിന്റെയും 17 എണ്ണം ഹൈന്ദവരുടെയും 5 എണ്ണം ജൈനമതത്തിന്റെയും ഗുഹകളാണ്. അജന്താഗുഹകൾക്കൊപ്പം 1983 ൽത്തന്നെ ഇവയും യുനെ സ്കോയുടെ ലോകപൈതൃകപ്പട്ടികയിൽ സ്ഥാനംപിടിച്ചിട്ടുണ്ട്. രാഷ്ട്ര

കൂടവംശത്തിനുശേഷം ഹൈദരാബാദിലെ നിസാം രാജവംശത്തിന്റെ അധീനതയിലായിരുന്ന എല്ലോറ ഗുഹകൾ ഇപ്പോൾ ഇന്ത്യൻ ആർക്കിയോളജിക്കൽ സർവേയുടെ നിയന്ത്രണത്തിൽ സംരക്ഷിക്കപ്പെടുന്നു. സഞ്ചാരികളുടെ ഇഷ്ടപ്രദേശംകൂടിയാണ് ഔറംഗാബാദിലെ അജന്ത, എല്ലോറ ഗുഹകൾ. ഈ ഗുഹകളിൽ ഏറെ ആകർഷിക്കപ്പെടുന്ന ഒന്നാണ് പതിനാറാം നമ്പർ ഗുഹയിലെ ഒറ്റക്കല്ലിൽ തീർത്ത കൈലാസ്ഗുഹ. ഒറ്റക്കല്ലിൽ തീർത്ത ലോകത്തിലെ ഏറ്റവും വലിയ നിർമിതിയും ഇതത്രെ. 'ഗ്രേറ്റ് കൈലാസ്' എന്നാണീ ഗുഹ ലോകത്ത് അറിയപ്പെടുന്നത്.

എലിഫന്റാ ഗുഹകൾ

1987 ൽ ലോകപൈതൃകപ്പട്ടികയിൽ സ്ഥാനംപിടിച്ച എലിഫന്റാ ഗുഹകൾ മുംബൈക്കു സമീപത്തായി സമുദ്രത്തിലുള്ള മലകളിലാണ് സ്ഥിതി ചെയ്യുന്നത്. എട്ടാം നൂറ്റാണ്ടിൽ രാഷ്ട്രകൂടവംശംതന്നെയാണ് ഇവയും നിർമിച്ചതെന്ന് കണ്ടെത്തിയിട്ടുണ്ട്. ഏഴുഗുഹകളാണ് ഇവിടെയുള്ളത്. പോർച്ചുഗീസ് എലിഫന്റാ എന്നുവിളിക്കുന്നതുവരെ ഖരാപുരി ആയിരുന്നു ഗുഹകൾ. ഗുഹകളിലൊരിടത്തുണ്ടായിരുന്ന പടുകൂറ്റൻ ആനയുടെ ശിൽപ്പമായിരിക്കാം അങ്ങനെ വിളിക്കാൻ അവരെ പ്രേരിപ്പിച്ചിരിക്കുക. ഇപ്പോൾ ഒരു ഉദ്യാനത്തിലാണ് ഈ ശിൽപ്പമുള്ളത്. എലിഫന്റായിലെ പ്രഥമഗുഹയാണ് ശിൽപ്പകലകൾ കൊണ്ട് അലംകൃതമായിട്ടുള്ളത്. ശിവന്റെ വിവിധരൂപങ്ങളാണിത്. മഹേശമൂർത്തി എന്ന ഗുഹയിൽ ദ്വാരപാലകരുടെ ശിൽപ്പങ്ങൾ സഞ്ചാരികളെ ആകർഷിക്കുന്നവയാണ്. യഥാകാലങ്ങളിൽ ത്രികൂടകർ, ചാലൂക്യർ, ശിലാഹരർ, രാഷ്ട്രകൂടർ, കല്യാ

എലിഫന്റാ ഗുഹകൾ

ണിചാലൂക്യർ, യാദവർ, മുസ്ലീം രാജവംശജർ, പോർച്ചുഗീസുകാർ, മറാത്തികൾ എന്നീ വിഭാഗങ്ങൾ എലിഫന്റായ്ക്ക് അവകാശികളായിരുന്നിട്ടുണ്ട്. മറാത്തികളിൽനിന്നാണ് ഇന്ത്യ വാണ ബ്രിട്ടീഷുകാർ ഗുഹയുടെ അവകാശം സ്വന്തമാക്കുന്നത്. വിനോദ-ചരിത്രസഞ്ചാരികളുടെ ഇഷ്ട ഭൂമികയാണ് എലിഫന്റാ ഇന്നും.

വാതാപിഗുഹാക്ഷേത്രങ്ങൾ

മഹാരാഷ്ട്രയിലെ എല്ലോറഗുഹകൾക്കു സമാനമായ ഗുഹകളാണ് കർണാടകയിലെ ബീജാപ്പൂർ ജില്ലയിലെ ബദാമിയിലെ വാതാപിഗുഹാക്ഷേത്രങ്ങൾ. അഗസ്ത്യതീർഥം എന്ന കുളത്തിനു ചുറ്റുമായുള്ള പാറക്കെട്ടുകളിലാണ് ക്ഷേത്രങ്ങൾ സ്ഥിതിചെയ്യുന്നത്. ഇന്തോ ഇസ്ലാമിക് പാരമ്പര്യരീതിയിലുള്ള വാസ്തുശിൽപ്പവും അഗസ്ത്യതീർഥക്കരയിൽക്കാണാം. ടിപ്പുസുൽത്താന്റെ കാലത്തുള്ള ശവകുടീരങ്ങൾ ഇവയ്ക്കുള്ളിൽ കാണാം. ശൈവ-വൈഷ്ണവ-ബുദ്ധ-ജൈനപാരമ്പര്യങ്ങൾ ക്ഷേത്രങ്ങളിൽ ഉടനീളമുണ്ട്. ഹുബ്ലിയിൽനിന്ന് 100 കിലോമീറ്റർ റോഡുമാർഗം സഞ്ചരിച്ചാൽ ഇവിടെയെത്താം. എ ഡി 543 മുതൽ 757 വരെയുള്ള കാലത്ത് ബദാമി ചാലൂക്യരുടെ തലസ്ഥാനമായിരുന്നു ഈ പ്രദേശം. രാജാവായിരുന്ന പുലികേശി ഒന്നാമനാണ് ഇവിടെ കോട്ടകെട്ടി രാജവംശം സ്ഥാപിച്ചത്. അതിനുശേഷം പലകാലഘട്ടങ്ങളിലുള്ള രാജാക്കന്മാരുടെ നിർമിതികൾ ഇവിടെ നിലകൊള്ളുന്നു. ആറാം നൂറ്റാണ്ടിലാണ് ചുവന്ന പാറക്കെട്ടുകൾ തുരന്ന് ഗുഹാക്ഷേത്രങ്ങൾ സ്ഥാപിച്ചത്. തെക്കുഭാഗത്തായുള്ള നാല് ഗുഹകൾ ഏറെ പ്രാധാന്യമർഹിക്കുന്നു. ഗുഹാഭി

വാതാപി ഗുഹ

ത്തിയിലെ ശിൽപ്പങ്ങൾ ഒറ്റക്കല്ലിൽ നിർമിച്ചിരിക്കുന്ന പൂർണമായ പ്രതിമകൾ പോലെ കാണപ്പെടുന്നു. വടക്കേക്കുന്നിന്റെ മുകളിലായുള്ള ക്ഷേത്രത്തിൽ ഹനുമാൻ രൂപം കാണാം. ഒരു സൂഫിവര്യന്റെ ഖബറിനോടു ചേർന്ന് മറ്റൊരു ക്ഷേത്രവും കാണാം. വടക്കേക്കുന്നിന്റെ മുകളിലായി കോട്ടയുടെ അവശിഷ്ടങ്ങളും ആദിചാലൂക്യക്ഷേത്രവുമുണ്ട്. മേലേ ശിവാലയം താഴേ ശിവാലയം, മാലഗനി ശിവാലയം എന്നിങ്ങനെയാണിവ അറിയപ്പെടുന്നത്.

മണ്ഡപേശ്വർ ഗുഹകൾ

ബുദ്ധ–പേർഷ്യൻ കലാകാരന്മാരുടെ കരവിരുതിനാൽ പ്രസിദ്ധമായ ഗുഹയാണ് മുംബൈയുടെ വടക്കേയറ്റത്തായി സ്ഥിതിചെയ്യുന്ന മണ്ഡപേശ്വർ ഗുഹകൾ. എ ഡി 750–850 കാലഘട്ടത്തിലത്രെ ഗുഹകൾ കണ്ടെത്തിയത്. അക്കാലങ്ങളിൽ വ്യത്യസ്ത ആവശ്യങ്ങൾക്കായായിരുന്നു ഗുഹകൾ ഉപയോഗിച്ചിരുന്നത്. വിവിധ രാജാക്കന്മാരുടെ ആക്രമണ

മണ്ഡപേശ്വർ ഗുഹ

ങ്ങൾക്കും ഗുഹകൾ സാക്ഷിയായിട്ടുണ്ട്. ഇന്നു പക്ഷേ, നിരവധി മാറ്റങ്ങൾ ഗുഹയ്ക്കു സംഭവിച്ചിട്ടുണ്ടെങ്കിലും ‘ഹാൾ ഓഫ് പെയിന്റിങ്സ്’ എന്ന പേരിലും അറിയപ്പെടുന്ന ഗുഹകൾ ചരിത്രത്തിന്റെ ഉള്ളറകളിലേക്ക് വെളിച്ചം വീശുന്ന നിരവധി തെളിവുകൾ പുതുതലമുറകൾക്ക് നൽകുന്നുണ്ട്.

കാന്തഗിരി ഗുഹകൾ

സമുദ്രനിരപ്പിൽനിന്നും 118 അടി ഉയരത്തിൽ ഒഡീഷയുടെ തലസ്ഥാനമായ ഭുവനേശ്വറിൽനിന്ന് 6 കിലോമീറ്റർ അകലെ സ്ഥിതിചെയ്യുന്ന ജൈനമതാനുയായികളുടെ പ്രധാനകേന്ദ്രമാണ് കാന്തഗിരി ഗുഹകൾ. അക്ഷയ ഗംഗ, ഗുപ്ത ഗംഗ, ശ്യാംകുണ്ഡ്, രാധാകുണ്ഡ് എന്നിങ്ങനെ പതിനഞ്ചോളം ഗുഹകളാണ് ഇവിടെയുള്ളത്. രണ്ടായിരത്തോളം വർഷം പഴക്കമുണ്ടെന്നു കരുതുന്ന ഗുഹകൾ ജൈനമതപണ്ഡിതന്മാർ താമസിച്ചിരുന്ന വിഹാരങ്ങൾ കൂടിയായിരുന്നു. ആനകളും പക്ഷികളും നർത്തകിമാരും കൊത്തുപണികളാൽ അലംകൃതമായ ഗുഹയാണ് അനന്തഗുഹ.

കാന്തഗിരി ഗുഹകൾ

കുന്നിൻ മുകളിലായി സ്ഥിതിചെയ്യുന്ന ആധുനിക ജൈനക്ഷേത്രം മുഖ്യ ആകർഷണമാണ്.

കാനേരി ഗുഹ

മുംബൈയിലെ കൊങ്കൺതീരം വഴി വന്നെത്തുന്ന ബുദ്ധമതവിശ്വാസികളുടെ പ്രധാനതാവളമായിരുന്നു മുംബൈയിലെ പടിഞ്ഞാറൻ അതിർത്തിയിലുള്ള 'ബൊറിവ്ലിൻ' സ്ഥിതിചെയ്യുന്ന കാനേരിഗുഹ. ഇത് വലിയ കൃഷ്ണശിലയിൽ കൊത്തിയെടുത്തതുകൂടിയാണ്. പാറകൾകൊണ്ടുള്ള അറകളോടുകൂടിയ ഗുഹ ബി സി 1–ാം നൂറ്റാണ്ടോടുകൂടി കണ്ടെടുക്കപ്പെട്ടതാണ്. ഗുഹയുടെ ഏറ്റവും വലിയ അറയിലായി വലിയ ഒരു

ബുദ്ധസ്തൂപം കാണാം. ഇവ ബുദ്ധവിഹാരങ്ങൾ കൂടിയായിരുന്നു.

പണ്ടാവ്‌ലനി ഗുഹ

ബുദ്ധസന്യാസിമാർക്കുവേണ്ടി അനുഭാവികളായ രാജാക്കന്മാർ നിർമിച്ചു നൽകിയതത്രെ മഹാരാഷ്ട്രയിലെ നാസിക് ജില്ലയിൽനിന്ന് 8 കിലോമീറ്റർ തെക്കുഭാഗത്തായി ത്രിവാഷ്മി കുന്നിൻമുകളിലെ പണ്ടാവ്‌ലനി ഗുഹകൾ. 1200 വർഷം പഴക്കം ഇവയ്ക്കുള്ളതായി കരുതുന്നു. ഇരുപതോളം മഠങ്ങൾ, മൂന്നു പ്രധാന പ്രാർഥനാ മഹലുകൾ, വിഹാരങ്ങൾ തുടങ്ങിയവ ഇവിടെ ഗുഹകളിലായി വ്യാപിച്ചു കിടക്കുന്നു. ബുദ്ധപ്രതിമ, വീരമണി, ബദ്‌രജി, അംബികാദേവി എന്നിവരുടെ ശിൽപ്പങ്ങളും ആകർഷകമാണ്. ഇവ ബി സി ഒന്നാം നൂറ്റാണ്ടുമുതൽ എ ഡി രണ്ടാം നൂറ്റാണ്ടുവരെയുള്ള കാലഘട്ടത്തിൽ നിർമിക്കപ്പെട്ടവയാണത്രെ. പ്രഭാഷണങ്ങൾ കേൾക്കുന്നതിന് ശിഷ്യന്മാർക്ക് ഇരിക്കാനുള്ള സദസായി ക്രമീകരിച്ചിട്ടുണ്ട് മിക്കഗുഹകളും. കൃത്രിമമായുണ്ടാക്കിയ ജലസംഭരണികൾ എടുത്തുപറയേണ്ടവയാണ്.

കാർലാ ഗുഹകൾ

ലോകത്തിലെ ഏറ്റവും മനോഹരമായ ബുദ്ധമത ശിൽപ്പവിദ്യകൾ കാണപ്പെടുന്ന ഗുഹകളാണ് മുംബൈ, പൂനെ പട്ടണങ്ങൾക്കിടയിലായി ലോനെവാലെ ഹിൽസ്റ്റേഷനുസമീപത്ത് കിർലി എന്ന പ്രദേശത്ത് സ്ഥിതി ചെയ്യുന്നു രണ്ടായിരത്തോളം വർഷം പഴക്കം കണക്കാക്കുന്ന കാർലാ ഗുഹകൾ. 2–3 നൂറ്റാണ്ടുകളിലാണ് ഇവ നിർമിക്കപ്പെട്ടിട്ടുള്ളത്. ബുദ്ധമതവുമായി ബന്ധപ്പെട്ട ഗുഹകൾ വർഷകാലത്ത് സന്യാസിമാരുടെ പ്രധാനകേന്ദ്രമായിരുന്നു. ചെങ്കുത്തായ 350–ഓളം പടികൾ കടന്നുവേണം ഗുഹ

കാർലാ ഗുഹകൾ

യിൽ എത്താൻ. ഗുഹാകവാടത്തിലെ കൂറ്റൻ തൂണിനുതന്നെ 15 മീറ്റർ നീളമുണ്ട്. ഇത്തരത്തിലുള്ള നാൽപ്പതോളം തൂണുകൾ കാണാം. സിംഹങ്ങൾ താങ്ങുന്ന സിംഹാസനത്തിൽ ഉപവിഷ്ടനായിരിക്കുന്ന ബുദ്ധപ്രതിമ എ ഡി ഏഴാം നൂറ്റാണ്ടിലാണ് സ്ഥാപിക്കപ്പെട്ടത്. ഇതിനടുത്തായി മുന്നൂറോളം ആനശിൽപ്പങ്ങളും കാണാം.

പാറകൾ തുളച്ചും മുറിച്ചുമാണ് ഗുഹകൾ നിർമിച്ചിരിക്കുന്നത്. പ്രാർഥനയ്ക്കുവേണ്ടി സന്യാസിമാർ ഒത്തുകൂടുന്ന ചൈത്യാസ് എന്ന ഗുഹാഭാഗവും താമസത്തിനുള്ള വിഹാരസും ഇവിടെയുണ്ട്. പ്രവേശന കവാടം കഴിഞ്ഞുള്ള അറകളിലേക്കു കടക്കാൻ മരവാതിലുകളും കാറ്റും വെളിച്ചവും അകത്തെത്താനുള്ള കിളിവാതിലുകളും കൗതുകം ഉളവാക്കുന്ന നിർമിതികളാണ്.

ബാജഗുഹ

കാർലാ ഗുഹകൾക്ക് അടുത്തുതന്നെ സ്ഥിതിചെയ്യുന്ന മറ്റൊരു ഗുഹയാണ് ബാജഗുഹ. 14 തൂണുകളുള്ള ബാജഗുഹ ബി സി 200 കാലഘട്ടത്തിൽ നിർമിച്ചതാണെന്നു കരുതുന്നു. ഗുഹയ്ക്കകത്ത് അഞ്ചു തൂണുകളും പുറത്ത് ഒൻപതെണ്ണവുമാണുള്ളത്.

ബോറഗുഹകൾ

ആന്ധ്രാപ്രദേശിലെ വിശാഖപട്ടണത്തിൽനിന്നും 95 കിലോമീറ്റർ അകലെ സ്ഥിതിചെയ്യുന്ന ബോറഗുഹകൾ സമുദ്രനിരപ്പിൽനിന്നും 1450അടി ഉയരത്തിലാണ് സ്ഥിതിചെയ്യുന്നത്. 150 വർഷത്തെ പഴക്കം കണക്കാക്കുന്ന ഗുഹകൾ കണ്ടെത്തിയത് ബ്രിട്ടീഷ് ഭൂശാസ്ത്രജ്ഞനായ വില്യംകിങ് ജോർജാണ്. ഈ ഗുഹകൾക്ക് പിറവിയൊരുക്കുന്നത് ഗോസ്താനി നദിയാണ്. ഈ നദി ചുണ്ണാമ്പുപാറയ്ക്കു മുകളിലൂടെയാണ് ഒഴുകുന്നത്. അങ്ങനെ ചുണ്ണാമ്പുപാറകൾ ജലത്തിലലിഞ്ഞ് ഗുഹകൾ രൂപംപ്രാപിച്ചു. അതാണ് ബോറഗുഹകൾ. ഈ ഗുഹാമുഖമാകട്ടെ നൂറു മീറ്ററോളം തിരശ്ചീനമായാണ് രൂപപ്പെടുന്നത്. വിവിധ രൂപത്തിലുള്ള വെള്ളക്കല്ലുകൾ ഗുഹയ്ക്കകത്തുകാണാം.

ഗുപ്തേശ്വർഗുഹ

തീർഥാടകരും വിനോദസഞ്ചാരികളും ഒരുപോലെ വന്നെത്തുന്ന ഗുപ്തേശ്വർ ഗുഹ രാജസ്ഥാനിലെ ജയ്പൂരിൽ നിന്നും 60 കിലോ മീറ്റർ തെക്കുപടിഞ്ഞാറായി സമുദ്രനിരപ്പിൽനിന്നും 500 മീറ്റർ ഉയരത്തിലുള്ള ചുണ്ണാമ്പുപാറക്കുന്നിൻമുകളിൽ സ്ഥിതിചെയ്യുന്നു. 19–ാം നൂറ്റാണ്ടിന്റെ അന്ത്യത്തിൽ നായാട്ടുകാരാണത്രെ ഗുഹ കണ്ടെത്തിയത്. ആരാധനയുമായി ബന്ധപ്പെട്ട് ശിവരാത്രി ദിനത്തിൽ ധാരാളം വിശ്വാസികൾ വിവിധ സംസ്ഥാനങ്ങളിൽ നിന്നായി ഇങ്ങോട്ട് വരാറുണ്ട്. പൈൻമരക്കാടുകൾക്കു

മധ്യേസ്ഥിതിചെയ്യുന്ന ഗുഹയുടെ പാർശ്വഭാഗത്തുകൂടിയാണ് കോലമ്പ് പുഴയുടെ ഒഴുക്ക്. ആയിരം പടികൾ ചവിട്ടിക്കയറണമത്രെ മൂന്നു മീറ്ററോളം വീതിയും രണ്ടു മീറ്ററോളം ഉയരവുമുള്ള ഗുഹാകവാടത്തിൽ എത്തിച്ചേരാൻ! ഈ കുന്നിൻപ്രദേശം രാമഗിരി ഹിൽസ് എന്നറിയപ്പെടുന്നു.

ബേലംഗുഹ

ബുദ്ധമതവുമായി ബന്ധപ്പെട്ട മറ്റൊരു ഗുഹയാണ് ആന്ധ്രാപ്രദേശിലെ കൂർണൽ ജില്ലയിൽ സ്ഥിതിചെയ്യുന്ന ബേലംഗുഹ. 3229 മീറ്റർ നീളംകാണുന്ന ഈ ഗുഹ ഇന്ത്യൻ ഉപഭൂഖണ്ഡത്തിലെ രണ്ടാമത്തെ വലിയ ഗുഹയാണത്രെ. റോബർട്ട് ബ്രൗസ്പുട്ട് എന്ന ഇംഗ്ലീഷുകാരനാണ് 1884 ൽ ഈ ഗുഹയെക്കുറിച്ചുള്ള വിവരം ആദ്യമായി നൽകിയത്. എന്നാൽ ഗുഹയെ ആരും ശ്രദ്ധിച്ചിരുന്നില്ല. പിന്നീട് 1982–83 കാലഘട്ടത്തിൽ ഹേബർട്ട് ദാനിയേൽ ഗേബറിന്റെ നേതൃത്വത്തിൽ ഒരു ജർമൻ ഗവേഷകസംഘം നടത്തിയ അന്വേഷണത്തിൽ ബുദ്ധ–ജൈനമതാനുയായികൾ ഉണ്ടായിരുന്ന ഗുഹയാണെന്ന് കണ്ടെത്തുകയായിരുന്നു. ബുദ്ധസന്യാസിമാരുടെ വസ്ത്രാവശിഷ്ടങ്ങൾ, പാത്രങ്ങൾ തുടങ്ങിയവ ഖനനഫലമായി ലഭിച്ചിട്ടുണ്ട്.

ഭീംബെഡ്കയിലെ ഗുഹകളും പാറമടകളും

2003 ൽ യുനെസ്കോ ലോകപൈതൃകപ്പട്ടികയിൽ ഉൾപ്പെടുത്തിയ ഈ പാറകളും ഗുഹകളും ശിലായുഗജനതയുടെ പ്രധാനവാസകേന്ദ്രമായിരുന്നുവെന്ന് കണ്ടെത്തിയിട്ടുണ്ട്. ഇവിടെ കണ്ടെത്തിയ ഗുഹാചിത്രങ്ങൾ ഇതിനു വ്യക്തമായ തെളിവുതരുന്നുണ്ട്. ഭീംബെഡ്കയിലെ 642 ഗുഹകളിൽ 400 എണ്ണവും ചിത്രാലംകൃതമാണ്. കമനീയവും ഭാവനാസമ്പുഷ്ടമായ ചിത്രങ്ങൾ കോറിയിട്ടിരിക്കുന്നത്. പാറകളുടെ ഉയർന്ന ഭാഗങ്ങളിലാണ്. മധ്യശിലായുഗ ആയുധങ്ങൾ (കല്ല്, പാറ എന്നിവ കൊണ്ടുള്ള) ഇവിടെനിന്ന് കണ്ടെത്തിയിട്ടുണ്ട്. മരക്കൊമ്പുകൾ മുറിച്ചെടുത്ത് അറ്റത്ത് മൃഗങ്ങളുടെ രോമങ്ങൾ പിടിപ്പിച്ചായിരിക്കാം ആ കാലത്തെ ഭാവനയുള്ള ചിത്രകാരന്മാർ ചിത്രങ്ങൾ രചിച്ചിരിക്കുക.

മധ്യപ്രദേശിന്റെ തലസ്ഥാനമായ ഭോപ്പാലിനടുത്തായാണ് ഇവ സ്ഥിതിചെയ്യുന്നത്. വിന്ധ്യപർവതനിരയുടെ താഴ്വരയിലുള്ള പാറമടഗുഹാച്ചുമരുകളിലെ ചിത്രപ്പണികളാണ് ഏറെ കൗതുകം ജനിപ്പിക്കുന്നത്. ചുവപ്പുനിറത്തിലുള്ള യുദ്ധവും വെള്ളച്ചുമരിലെ ആനയും സംഘനൃത്തങ്ങൾ, മതാനുഷ്ഠാനങ്ങൾ, ശവസംസ്കാരം, നായാട്ട് എന്നിവയും കാണാം. മഞ്ഞയും പച്ചയും നിറങ്ങളും ഉപയോഗിച്ചിട്ടുണ്ട്. കടുവ, സിംഹം, ആന, കാട്ടുപന്നി, കാട്ടുപോത്ത്, ചീങ്കണ്ണി, നായ്ക്കൾ, നായാട്ടിന് ഉപയോഗിച്ചിരുന്ന അമ്പുംവില്ലും കുന്തവും കൂർത്തവടിയും വരയ്ച്ചു ചേർത്തിട്ടുണ്ട്. അന്നു ജീവിച്ചിരുന്ന മൃഗങ്ങളെയും മനുഷ്യന്റെ ജീവിത

ഭീംബെഡ്കയിലെ ഗുഹ

രീതിയും ഉത്സവങ്ങളും വേഷാദിഭൂഷാദികളും ഈ വരകളിലൂടെ പുറം ലോകത്തിന് കാട്ടിത്തരുന്നു. മാംസക്കൊഴുപ്പിൽനിന്നും മരങ്ങളിൽനിന്നുമായിരിക്കാം ചിത്രങ്ങൾ രചിക്കാനുള്ള ചായങ്ങൾ ഇക്കൂട്ടർ വികസിപ്പിച്ചെടുത്തിരിക്കുക. കുതിരപ്പുറത്തിരുന്നും അല്ലാതെയും യുദ്ധം ചെയ്യുന്ന രംഗങ്ങൾ ഉള്ളതിൽനിന്ന് യുദ്ധവും ഊറ്റംകാട്ടലും അന്നും ഉണ്ടായിരുന്നുവെന്ന് ബോധ്യമാക്കിത്തരുന്നു. ഗുഹാച്ചുവരുകളിൽനിന്നും കണ്ടെത്തിയ ലിപികളും ചരിത്രകാരന്മാർ പഠനവിഷയമാക്കിയിട്ടുണ്ട്.

6

കേരളത്തിലെ ചില ഗുഹകൾ

ഗുഹകൾ കേരളത്തിലുമുണ്ട്, നിരവധി. നന്നങ്ങാടികൾ, കുടക്കല്ലുകൾ, തൊപ്പിക്കല്ലുകൾ തുടങ്ങിയവയും ഈ ഗണത്തിൽ തന്നെയാണ് ഉൾപ്പെടുത്തുന്നത്. ഇവപക്ഷേ, ശവക്കല്ലറകളാണ്. പുരാവസ്തു സ്മാരകങ്ങളിൽ ഇവയ്ക്കുള്ള സ്ഥാനം വലുതത്രെ. കേരളത്തിലെ ചരിത്രാതീത കാലത്തിലേക്കു വെളിച്ചംവീശുന്ന ഇവ കേരളത്തിലെ അഞ്ചനാട്ടുതാഴ്‌വാര, തൃശൂർ ജില്ലയിലെ ചില പ്രദേശങ്ങൾ പോർക്കളം, എയ്യാൽ, ചേരമനങ്ങാട്, കാട്ടകമ്പാൽ, തളിപ്പറമ്പ്, എടയ്ക്കൽ എന്നിവിടങ്ങളിൽ ഇത്തരം ഗുഹകൾ കണ്ടെത്തിയിട്ടുണ്ട്. കൂടാതെ മഹാശിലാസ്മാരകങ്ങളായ ഗുഹകൾ തൃശൂർ ജില്ലയിലെ കണ്ടാണിശ്ശേരി, ചോവണ്ണൂർ എന്നിവിടങ്ങളിലും കാണാം.

ഗുഹകൾ പലതരത്തിലുണ്ട്

കണ്ടെത്തിയ ഈ ഗുഹകൾക്ക് ചില വിശേഷതകളുണ്ട്. ചെങ്കൽപ്പാറകളിൽ ദീർഘചതുരമായ ഒരു കുഴിയാണ് ആദ്യം കാണുക. തുറന്ന ഈ അറയുടെ വീതിവക്കിന് തറനിരപ്പിന് അൽപ്പം മുകളിലായി ദീർഘചതുരത്തിൽ ഒരു കൊച്ചു ദ്വാരം ഉണ്ടായിരിക്കും. ഇതുവഴി തുരന്നാണ് ഗുഹ രൂപപ്പെടുത്തിയിട്ടുള്ളത്. പുറത്തുള്ള തുറന്ന അറയിലേക്കു പ്രവേശിക്കാൻ പടവുകളും വെട്ടിയിട്ടുണ്ടാകും. അകത്തുള്ള ഗുഹയുടെ തറനിരപ്പ്, തുറന്ന അറയിൽ നിന്ന് 30 മുതൽ 60 സെന്റീമീറ്റർ വരെ താഴ്ചയിലുമായിരിക്കും. ചില ഗുഹകളുടെ വശങ്ങളിലായി 16 മുതൽ 62 സെന്റീമീറ്റർ വരെ ഉയരത്തിൽ ചെങ്കല്ലിൽ വെട്ടിയെടുത്ത ബഞ്ചുകളുണ്ട്. ചില ഗുഹകളിൽ ഒരേയൊരു ബഞ്ചേകാണുകയുള്ളൂ. ഇവയൊന്നുമില്ലാത്ത തറ വൃത്താകൃതിയിലോ ദീർഘാകൃതിയിലോ തീർത്തവയുമുണ്ട്.

അർധവൃത്താകൃതിയിലായിരിക്കും മിക്ക ഗുഹകളുടെയും മുകൾഭാഗം. കണ്ടെത്തിയ ചില ഗുഹകളിൽ സമചതുരമോ ദീർഘചതുരമോ വർത്തുളമോ ആയ ഒരു തൂൺ മധ്യത്തിലായി ഉണ്ടാകും. മേൽഭാഗത്ത് മധ്യത്തിലായി വൃത്താകൃതിയിൽ ഒരു തുളയുള്ളവയുമുണ്ട്. പോർക്കളം, എയ്യാൽ എന്നിവിടങ്ങളിലെ ഗുഹകളിൽ, മേൽഭാഗത്ത് മധ്യത്തിലെത്തുന്ന ഒരു തൂൺ തറയുടെ ഒത്ത നടുക്കുണ്ട്.

എല്ലാം വ്യത്യസ്തം

കണ്ടെത്തിയ ഗുഹകളിലെ മറ്റുചില പ്രത്യേകതകൾ രസകരമാണ്. ചോവണ്ണൂരിലെ ഗുഹകൾക്ക് തൂൺ ഇല്ലേയില്ല. കണ്ടാണിശ്ശേരിയിലെയും കക്കാടെയും ഗുഹകളിലാണെങ്കിൽ മേൽഭാഗത്ത് ദ്വാരമുണ്ട്. കാട്ടകമ്പാലിലെ ഗുഹയ്ക്ക് ഒരറയല്ല, മറിച്ച് പുറത്തെ തുറന്ന അറയുടെ മുൻവശത്തെന്നപോലെ ഇരുവശങ്ങളിലും ഗുഹകൾ തുരന്നുണ്ടാക്കിയിട്ടുമുണ്ട്. എയ്യാലിലെ ഗുഹ, പുറത്തെ അറ മുൻവശത്തുള്ള പ്രധാന ഗുഹയ്ക്കും വലതുവശത്തുള്ള ചെറിയ ഗുഹയ്ക്കും പൊതുവായി കാണുന്നതാണ്. ഈ ഭൂഗർഭഗുഹകളിൽ നിന്നും കണ്ടുകിട്ടിയ മൺപാത്രങ്ങളും ഇരുമ്പായുധങ്ങളും അസ്ഥിപഞ്ജരങ്ങളും ശവകുടീരങ്ങളാണ് എന്ന നിഗമനത്തിലാണ് ശാസ്ത്രജ്ഞന്മാരും പുരാവസ്തുഗവേഷകരും എത്തിച്ചേർന്നിട്ടുള്ളത്. കോഴിക്കോട്ടെ ചേവായൂരിലുള്ള ഒരു ഗുഹയിലും പ്രധാന അറയുടെ മധ്യത്തിൽ തൂണുള്ളയിനമാണ്. ഫറോക്കിനടുത്തുള്ള ചാത്തമ്പറമ്പിൽ നിരവധി ശവക്കല്ലറകൾ നിറഞ്ഞ ഒരു ചെങ്കൽക്കുന്നുണ്ട്. അവിടത്തെ ചില ഗുഹകളിൽ മനോഹരവും വിലമതിപ്പുള്ളതുമായ പളുങ്കുമുത്തുകൾ ഉണ്ടായിരുന്നുവെന്നും പലതരത്തിലും കാലഘട്ടങ്ങളിലുമുള്ള മൺപാത്രങ്ങൾ ശേഷിച്ചിട്ടുണ്ടായിരുന്നുവെന്നും ചൂണ്ടിക്കാണിക്കുന്നുണ്ട് ബന്ധപ്പെട്ടവർ. *മലബാർ മാനുവലി*ന്റെ കർത്താവായ ലോഗനാണ് മലബാറിലെ ഗുഹകളെക്കുറിച്ച് വിവരങ്ങൾ തരുന്നത്. ഇവയിൽനിന്നും ലഭിച്ച മൺപാത്രങ്ങളും മറ്റും മദിരാശി കാഴ്ചബംഗ്ലാവിൽ ഇന്നും സൂക്ഷിച്ചിട്ടുണ്ട്.

എടയ്ക്കൽ ഗുഹ

ചരിത്രപ്രസിദ്ധമായ ഗുഹയും ലിപികളുമാണ് സുൽത്താൻ ബത്തേരിയിലെ അമ്പുകുത്തിമലയിലെ എടയ്ക്കൽ ഗുഹയിലുള്ളത്. ഈ ഗുഹയും അതിന്റെ പ്രാധാന്യവും ലോകം അറിയുന്നത് മലബാർ പൊലീസ് സൂപ്രണ്ടായിരുന്ന എഫ് ഫാസെറ്റിലൂടെയായിരുന്നു. ഒരു ഗുഹയ്ക്കുമുകളിൽ മറ്റൊരു ഗുഹ– ഇതാണ് എടയ്ക്കലിന്റെ കൗതുകം. ഒരു പാറയുടെ വിടവിലേയ്ക്ക് മറ്റൊരു പാറ വന്നു വീണതുപോലെ. ഒരു ഗുഹയെക്കാൾ 98 അടി നീളവും 22 അടി വീതിയും 30 അടി ഉയരവുമുണ്ടിതിന്. കല്ലുളികൊണ്ട് കൊത്തി രേഖപ്പെടുത്തിയ ഇവിടുത്തെ ചിത്ര

പ്പണികൾക്ക് മുക്കാലിഞ്ചുമുതൽ ഒരിഞ്ചുവരെ ആഴം കാണാം. ബുദ്ധമതവുമായി ബന്ധപ്പെട്ട ലിഖിതങ്ങളും ചിത്രങ്ങളുമാണ് ഇവയെന്ന് ഗവേഷകർ കരുതുന്നു. കിരീടം വച്ച മനുഷ്യരൂപം, ചിഹ്നങ്ങൾ, ഉപകരണങ്ങൾ, പലതരം സ്വസ്തികൾ, വൃത്താകൃതിയിലുള്ള സൂര്യപ്രതീകവും മയിലും നായയും സ്ത്രീരൂപങ്ങളുമെല്ലാം ഗുഹാഭിത്തിയിൽ കോറിയിട്ടിട്ടുണ്ട്.

അനുമാനങ്ങൾ, അഭിപ്രായങ്ങൾ

ഇവ ഒരു കാലഘട്ടത്തിൽ മാത്രമായി രചിക്കപ്പെട്ടതല്ലെന്നും പല കാലങ്ങളിലായി എഴുതപ്പെട്ടതാകാം എന്നും ഗവേഷകർ അനുമാനിക്കുന്നു. പ്രാചീനമായ ബ്രഹ്മി, പാലി, തമിഴ്, സംസ്കൃതം എന്നീ എഴുത്തുകളുടെ സംഗമത്തിൽ നിന്നത്രെ ഇങ്ങനെയൊരു നിഗമനം. എടയ്ക്കൽ ഗുഹകളിലെ ചെങ്കൽക്കൊത്തുപണികളെക്കുറിച്ച് പഠനം നടത്തി ഫാസെറ്റ് ഇവ പ്രാചീനകാലത്തെ കുറിച്യരുടെ സൃഷ്ടിയാണെന്ന് അഭിപ്രായപ്പെടുന്നുണ്ട്. പുരാവസ്തു ഗവേഷകനായ സർ മോർട്ടിമർവീലറുടെ കാഴ്ചപ്പാടിൽ ബി സി 300 നും എ ഡി ഒന്നാം നൂറ്റാണ്ടിനും ഇടയ്ക്കാണ് ഈ സംസ്കാരത്തിന്റെ കാലം. ചിലർ കുറച്ചുകൂടി പഴക്കം ഇതിന് കാണുന്നുണ്ട്. ഒരു വ്യവസ്ഥാപിത ജീവിതമായിരുന്നു ആ കാലഘട്ടത്തിൽ നിലനിന്നിരുന്നത് എന്ന് ഈ സ്മാരകങ്ങളിൽനിന്നും ബന്ധപ്പെട്ടവർ അനുമാനിക്കുന്നു.

കാരക്കുന്നിലെ ഗുഹ

പാലക്കാട് ജില്ലയിലെ കരിമ്പുഴയിൽ കാരക്കുന്നിൽ ടിപ്പുവിന്റെ പടയോട്ടകാലവുമായി ബന്ധപ്പെട്ട ചരിത്രസ്മൃതികളുമായി ഒരു ഗുഹയുണ്ട്. സ്വകാര്യവ്യക്തിയുടെ ഉടമസ്ഥതയിലാണിത്. ഗുഹയുടെ പ്രവേശനകവാടത്തിന് ഒരു കിണറിന്റെ വിസ്താരമുണ്ട്. ഇറങ്ങിച്ചെല്ലാൻ കൽപ്പടവുകളുമുണ്ട്. ഗുഹയിൽ പ്രവേശിച്ചാൽ ആദ്യം എത്തുന്നത് വിശാലമായ ഒരു തളത്തിലാണ്. മറ്റൊരു ഗുഹ ഇവിടെനിന്ന് വേർതിരിഞ്ഞു പോകുന്നുണ്ട്. പ്രധാനഗുഹയുടെ ഏതാനും മീറ്ററുകൾ ചെന്നെത്തുമ്പോൾ കൈവഴികളായി മറ്റുഗുഹകളും പുറത്തേക്കുള്ള ഇടുങ്ങിയ പ്രവേശന കവാടങ്ങളും കാണാം. മുന്നോട്ടുപോകുമ്പോൾ കല്ലുകൾ കൊണ്ടടയ്ക്കപ്പെട്ട ഒരു ഭാഗത്തെത്തും. ആദിമ നിവാസികളുടെ പാർപ്പിടകേന്ദ്രമായും ടിപ്പുവിന്റെ പടയോട്ടകാലത്തെ ഒളിസങ്കേതമായും അയിര് ഖനനം ചെയ്തെടുക്കാനായി നിർമിച്ചതാണെന്നും വിവിധ അഭിപ്രായങ്ങൾ നിലനിൽക്കുന്നുണ്ട് ഗുഹയെച്ചൊല്ലി. ഗുഹയുടെ നിർമാണവുമായി ബന്ധപ്പെട്ട ആയുധങ്ങൾ ഒന്നുംതന്നെ കണ്ടെടുക്കാത്തതിനാൽ സ്വയംഭൂ ആണെന്നുവേണം കരുതാൻ.

കരിമ്പുഴയിലെതന്നെ കൂലിക്കിലിയാടും ഇത്തരത്തിലൊരു ഗുഹ കാണാം. പാടശേഖരവുമായി ബന്ധപ്പെട്ട ഗുഹകളും ഇവിടെയുണ്ട്.

വെള്ളം കൊണ്ടുപോകാൻ കൃഷിയിടങ്ങളെ തമ്മിൽ ബന്ധിപ്പിക്കുന്ന, കിലോമീറ്ററുകൾ ദൈർഘ്യമുള്ളവ ഉദാഹരണം. ഇവയെക്കുറിച്ചൊന്നും കാര്യമായ പഠനങ്ങൾ ഇതുവരെ നടന്നിട്ടില്ല. അന്വേഷണം നടത്തുകയാണെങ്കിൽ ചരിത്രകഥകളുമായി ബന്ധപ്പെട്ട പലവസ്തുതകളും മനസിലാക്കാൻ പറ്റുമെന്നു തീർച്ചയാണ്.

ചെന്തുരുണിഗുഹ

കൊല്ലം ജില്ലയിലെ ചെന്തുരുണിനദിയുടെ തീരത്ത് ചരിത്ര ഗവേഷകർ നടത്തിയ തിരച്ചിലിൽ അതിപ്രാചീനമെന്നു കരുതുന്ന ചില ചരിത്രാവശിഷ്ടങ്ങൾ കണ്ടെത്തിയിരുന്നു. ഇരുപതോളം ആളുകൾക്ക് സുഖമായി കടന്നിരിക്കാവുന്ന ഒരു ഗുഹയായിരുന്നു ഏറെ പ്രധാനം. സിന്ധൂനദീതട സംസ്കാരത്തിന്റെയും മുമ്പ് മനുഷ്യർ ഇവിടെ ജീവിച്ചിരിക്കാനിടയുണ്ട് എന്ന് നിരീക്ഷണങ്ങൾക്കൊടുവിൽ ഗവേഷകർ അനുമാനിക്കുന്നു.

7

കേരളത്തിലെ ഗുഹാക്ഷേത്രങ്ങൾ

പാറയിൽ തുരന്നുണ്ടാക്കിയ അറകളാണ് ഗുഹാക്ഷേത്രങ്ങൾ. ഇത്തരം ഗുഹകളിൽ പുറംഭിത്തിയോടു ചേർന്ന് ആരാധനാസ്ഥലവും അതിനോടടുത്തായി അർധമണ്ഡപവും പിന്നീട് മഹാമണ്ഡപവും കാണാം. ക്യൂബാകൃതിയിലായിരിക്കും ഗുഹാക്ഷേത്രങ്ങളിലെ ആരാധനാസ്ഥലം. മുഖമണ്ഡപത്തിന്റെ സവിശേഷതകളിൽപ്പെട്ടതാണ് മുൻവശത്തെ തൂണുകളുടെ നിര. മുഖമണ്ഡപം എന്നാൽ, കുന്നിൻ ചെരുവിന്റെ താഴ്ഭാഗത്തുനിന്ന് വെട്ടിയുണ്ടാക്കിയ, മുകളിലുള്ള ഉന്തിനിൽക്കുന്ന ഭാഗവും പൂമുഖത്തെ തൂണുകളും ചേർന്നുണ്ടാകുന്ന നടപ്പന്തലുമാണ്. ശിവനുമായി ബന്ധപ്പെട്ട ഗുഹകളിൽ ശ്രീകോവിലിൽ ഒറ്റക്കൽലിംഗവും പീഠവും പ്രതിഷ്ഠിച്ചിരിക്കും. ഈ ലിംഗപീഠങ്ങൾ സമചതുരങ്ങളുമായിരിക്കും. രാജവംശങ്ങളായ ചാലുക്യന്മാർ, കദംബന്മാർ, കൊങ്കണന്മാർ, പാണ്ഡ്യന്മാർ തുടങ്ങിയവരുടെ ക്ഷേത്രമാതൃകകളോട് ഇവയ്ക്കും സാമ്യമുണ്ട്. വെളിയിലും മുൻഭാഗത്തുള്ള മണ്ഡപത്തിന്റെ വശങ്ങളിലെ ഭിത്തികളിലുമായിരിക്കും ദേവചിത്രങ്ങൾ കൊത്തിവെക്കുക. ഒറ്റമുറിമാത്രമുള്ള ചെറു ദേവാലയങ്ങളിൽ കതകിന്റെ പുറത്തോ അകത്തോ ആയിട്ടായിരിക്കും ബന്ധപ്പെട്ടചിത്രങ്ങൾ ആലേഖനം ചെയ്തിരിക്കുക.

സവിശേഷ ശ്രദ്ധപതിഞ്ഞ ഗുഹാക്ഷേത്രങ്ങൾ

കേരളത്തിൽ മിക്കസ്ഥലങ്ങളിലും ഗുഹാക്ഷേത്രങ്ങൾ കാണാം. വിഴിഞ്ഞം, തിരുനന്തിക്കര, അയിരൂർപ്പാറ, കവിയൂർ, ഇരുനിലംകോട്, തൃക്കൂർ, ഷൊർണ്ണൂരിനടുത്തുള്ള ഭ്രാന്തൻകൽ, കോട്ടുക്കൽ എന്നിവ ഉദാഹരണം. വലിയ ഗുഹാക്ഷേത്രങ്ങളാണ് തൃക്കൂറിലെയും കോട്ടുക്കലിലേതും. ജൈനമതാനുയായികൾ നിർമിച്ചതെന്നു കരുതുന്ന ഗുഹാക്ഷേ

ത്രമാണ് തിരുനന്തിക്കരയിലുള്ളത്. ശിൽപ്പനിർമാണകലയുടെ സവിശേഷമായ രൂപങ്ങൾ കാണുന്നത് വിഴിഞ്ഞം, തൃക്കൂർ, ഇരുനിലംകോട് എന്നിവിടങ്ങളിലേതാണ്. അയിരൂർപ്പാറയിലേതിന് വ്യത്യസ്തരീതിയിലുള്ള ചിത്രപ്പണികളാണുള്ളത്. പൂർത്തിയാക്കാത്ത ഗുഹാക്ഷേത്രമാണ് ഭ്രാന്തൻകല്ലിലേത്. പാറ തുരന്നുണ്ടാക്കിയ ഒറ്റമുറിമാത്രമുള്ള വ്യത്യസ്തമായ ഒരു ഗുഹാക്ഷേത്രമാണ് വിഴിഞ്ഞത്തുള്ളത്. തമിഴ്നാട്ടിലെ ഗുഹാക്ഷേത്രങ്ങൾ പോലെ പ്രതിമകൾ കുറച്ച്, ചുമർചിത്രകലയ്ക്കു പ്രാധാന്യം നൽകിയതിനുദാഹരണമാണ് ഇവിടത്തേത്. എ ഡി ഏഴാം നൂറ്റാണ്ടിൽ നിർമിച്ചതെന്നു കരുതപ്പെടുന്ന ഒരു പ്രതിമയും ഇവിടെക്കാണാം. കൂടുതൽ കൊത്തുപണികളാണ്. തിരുവനന്തപുരത്തെ അയിരൂർപ്പാറയിൽ കുന്നിൻ ചെരുവിനുപകുതി മുകളിലായി ഒരു ഗുഹാക്ഷേത്രമുണ്ട്. കവിയൂരിലെ ഗുഹാക്ഷേത്രത്തിലെ കൊത്തുപണികൾ കേരളത്തിലെ ആദ്യകരിങ്കൽ ശിൽപ്പങ്ങളിൽപ്പെടുന്നു. പാറ തുരന്നുണ്ടാക്കിയ ക്ഷേത്രം 18–ാം നൂറ്റാണ്ടിൽ നിർമിച്ചതാണെന്നു കരുതുന്നു.

തമിഴ്നാടൻ സംസ്കാരം

തിരുവല്ലയ്ക്കടുത്തുള്ള കവിയൂരിലെ ഗുഹയും അയിരൂർപ്പാറയിലേതിനു സമമാണ്. തെങ്കാശിയിലെ വരശിഖാമണിയിലെപ്പോലുള്ള പ്രാചീന പാണ്ഡ്യൻ ഗുഹാക്ഷേത്രങ്ങളെപ്പോലെ തോന്നിക്കും ഇതു കണ്ടാൽ. തൃക്കൂർ ഗുഹാക്ഷേത്രത്തിന്റെ പൂമുഖത്തുള്ള തൂണുകൾ തരംഗരൂപത്തിൽ പുറത്തേക്ക് ഉന്തിനിൽക്കുന്നുണ്ട്. ഭ്രാന്തൻകല്ലിലെ അപൂർണമായ ക്ഷേത്രത്തിന് തമിഴ്നാട്ടിലെ വാസ്തുവിദ്യയോടു സാമ്യമുണ്ട്. പെരുമ്പാവൂരിനടുത്തുള്ള ഗുഹാക്ഷേത്രവും ചിതറാലിലേതുമാണ് എടുത്തുപറയേണ്ട മറ്റുള്ളവ. ചിതറാലിലുള്ളത് ജൈനക്ഷേത്രമായിരുന്നു. ജൈനമതവുമായി ബന്ധപ്പെട്ട ചുമർചിത്രങ്ങളും സൂചനകളും ഇപ്പോഴും കാണാം. കേരളത്തിലെ ഗുഹാക്ഷേത്രങ്ങൾ പരിശോധിച്ചാൽ വ്യക്തമാകുന്ന ഒരു കാര്യം ഈ ഗുഹാനിർമാണകലയ്ക്ക് തമിഴ്നാടൻ സംസ്കാരവുമായി ധാരാളം സാമ്യമുണ്ട് എന്നതാണ്. മധ്യകാലഘട്ടമായപ്പോഴേക്കും കേരളം തമിഴ്നാടിന്റെ രീതികളിൽനിന്ന് മാറി ചിന്തിക്കുകയും കൊങ്കണരീതികൾ അനുകരിച്ച് മോന്തായത്തോടു കൂടിയുള്ള ഗുഹാക്ഷേത്രങ്ങളിലേക്കു മാറുകയുമായിരുന്നു.

8

ഗുഹകളെക്കുറിച്ച് ഗവേഷണം

ഏതെങ്കിലുമൊരു വിഷയത്തെക്കുറിച്ചുള്ള അഗാധവും വിശദവുമായുള്ള ശാസ്ത്രീയപഠനമാണല്ലോ ഗവേഷണം. വിവിധ വസ്തുക്കളെ കണ്ടെത്താനും വ്യാഖ്യാനിക്കാനും പുനഃപരിശോധിക്കാനുമുള്ള മനുഷ്യന്റെ ബുദ്ധിപരമായ അന്വേഷണം ഗുഹകളുടെ കാര്യത്തിലും ഉണ്ടായിട്ടുണ്ട്. ഗുഹകളുടെ രൂപീകരണം, ഘടന, ഭൗതിക സവിശേഷതകൾ, ചരിത്രം, കാലാവധി എന്നിവയെക്കുറിച്ചുള്ള ശാസ്ത്രീയമായ പഠനമാണ് സ്പീലിയോളജി. ശിലകളെക്കുറിച്ചുള്ള പഠനവും ഇതോടനുബന്ധിച്ചുള്ളതുതന്നെ. ഭൂമിശാസ്ത്രം, ഭൂഗർഭശാസ്ത്രം, പുരാവസ്തുശാസ്ത്രം തുടങ്ങിയ ശാസ്ത്രശാഖകളുടെ പദവി സ്പീലിയോളജിക്കു ലഭിക്കുന്നത് 19–ാം നൂറ്റാണ്ടിന്റെ പകുതിയോടെയാണ്. ഗുഹാഗവേഷണം ആകാംക്ഷയും ഉത്സാഹവും സാഹസികതയും നൽകുന്നുണ്ടെങ്കിലും സുരക്ഷാകാര്യത്തിൽ ഇത് അത്രതന്നെ തൃപ്തികരമല്ല. പരിശീലനം നേടിയവർക്കുപോലും ഗുഹകളുടെ ഭൂമിശാസ്ത്രപരമായ പ്രത്യേകതകൾ കാരണം പലപ്പോഴും വെല്ലുവിളികൾ നേരിടേണ്ടിവരാറുണ്ട് എന്നതത്രെ വാസ്തവം.

അപകടം സഹയാത്രികൻ

അടിസ്ഥാനപരമായി ഗുഹാഗവേഷണം, പർവതാരോഹണം, നീർക്കുഴിയിടൽ പോലെ ഒരു ശ്രമംതന്നെയാണ്. ഇതിന്റെ രീതികൾ ഗുഹനിൽക്കുന്ന പ്രദേശത്തിന്റെ സ്വഭാവമനുസരിച്ച് വ്യത്യാസപ്പെടും. കാലാവസ്ഥയും ഇവിടെ എടുത്തു പറയേണ്ട വസ്തുതതന്നെയാണ്. ഗുഹകൾ പൊതുവെ അപകടം നിറഞ്ഞ മേഖലകൾ ആയതിനാൽ പല

നിർദേശങ്ങളും ബന്ധപ്പെട്ട വൃത്തങ്ങൾ ഗവേഷകർക്കു നൽകാറുണ്ട്. അവയിൽ ചിലത് ഇതൊക്കെയാണ്?

- മോശമായ കാലാവസ്ഥയെ പ്രതിരോധിക്കുന്നതിനും അതിജീവിക്കുന്നതിനും അനുയോജ്യമായ വസ്ത്രങ്ങൾ ധരിക്കുക.
- സ്വതന്ത്രമായി ഉപയോഗിക്കാൻ പറ്റുന്ന ഹെൽമറ്റുകൾ ഉപയോഗിക്കുക. ലൈറ്റുകളും ടോർച്ചും ബാറ്ററിയും ഹെഡ്‌ലൈറ്റും ആവശ്യത്തിന് കരുതുക.
- മഞ്ഞുപെയ്ത്ത്, കല്ലിടിച്ചിൽ, മലയിടിച്ചിൽ, വെള്ളപ്പൊക്കം തുടങ്ങിയ അവസരങ്ങളിൽ ഗവേഷണം ഉപേക്ഷിക്കുക.
- രക്ഷാപ്രവർത്തനം മുന്നിൽക്കണ്ട് ഒന്നിലേറെപ്പേരെ കൂടെക്കൂട്ടുക.
- അപകടങ്ങൾ സഹയാത്രികനാണ് എന്ന വിശ്വാസം ഉണ്ടാകുക. അതനുസരിച്ച് മുന്നേറുക.

തയാറെടുപ്പുകൾ വേണം

നല്ല തയാറെടുപ്പുകൾ നടത്തിവേണം ഈ ദൗത്യത്തിനൊരുങ്ങാൻ. ആദ്യമായി പ്രദേശത്തെക്കുറിച്ചും ഗുഹനിൽക്കുന്ന ചുറ്റുപാടിനെക്കുറിച്ചും ഒരു പഠനമാണ് വേണ്ടത്. കാലാവസ്ഥയും മറ്റും ഇതിൽ ഏറെ പ്രാധാന്യമർഹിക്കുന്നു. ശിരസ്സിൽ ഒരു ഹെൽമറ്റും ഹെൽമറ്റിനുമുകളിൽ കറങ്ങിക്കൊണ്ടിരിക്കുന്ന ലൈറ്റും സഹായകമാണ്. കാർബൈഡ് ലൈറ്റുകളാണ് ആദ്യകാലങ്ങളിൽ ഉപയോഗിച്ചിരുന്നത്. വസ്ത്രധാരണരീതിയിലും അനുയോജ്യമായ മാറ്റങ്ങൾ വേണ്ടിവരും. കൂടുതൽ തണുപ്പുള്ള ഗുഹകളിൽ ശരീരത്തിന് ചൂടുനൽകുന്ന വസ്ത്രങ്ങൾ ഉപയോഗിക്കുന്നു. ചൂടുള്ള ഗുഹകളിൽ ശരീരത്തെ തണുപ്പിക്കുന്നവയും. കൂടുതൽ നീളവും ആഴവുമുള്ള ഗുഹകളിലാണ് പര്യവേക്ഷണമെങ്കിൽ ആഹാരത്തിനും താമസത്തിനും വേണ്ട സൗകര്യങ്ങളും കരുതേണ്ടിവരും.

സംഘടനകൾ, കൂട്ടായ്മകൾ

പുരാതനഗുഹകളെക്കുറിച്ചും ഗുഹകളിൽ താമസിച്ചിരുന്നതും നിലനിന്നുപോരുന്നതുമായ സസ്യജന്തുജാലങ്ങളെക്കുറിച്ചും മനസിലാക്കാൻ ഗവേഷണങ്ങൾ സഹായിക്കുന്നു. ഇതിനായി ലോകത്തിന്റെ വിവിധ ഭാഗങ്ങളിലായി നിരവധി സംഘടനകളും നിലനിൽക്കുന്നുണ്ട്. ആദ്യകാലങ്ങളിൽ ഭൂമിയിലെ ചില പ്രത്യേക പ്രദേശങ്ങൾ സംരക്ഷിക്കുന്നതിനുവേണ്ടി നിലനിന്നിരുന്നത് ലാന്റ് ട്രസ്റ്റുകൾ ആയിരുന്നു. പിന്നീട് ഗുഹകൾ ശ്രദ്ധിക്കപ്പെട്ടപ്പോൾ ഗുഹകൾ സംരക്ഷിക്കപ്പെടേണ്ട ആവശ്യകത മനസിലാക്കി കൂട്ടായ്മകൾ രൂപംകൊള്ളാനും തുടങ്ങി. യു എസ് നാഷണൽ പാർക്ക് സിസ്റ്റം ആണ് വടക്കേ അമേരിക്കയിലെ പ്രഥമ ഗുഹാസംരക്ഷണ സംഘടന. ഭൂമിയുടെ പാരിസ്ഥിതിക വ്യതിയാനങ്ങളിൽ ഗുഹ

കൾക്കു പങ്കുണ്ടെന്ന് മനസിലായപ്പോൾ ഇത്തരം സംഘടനകളിൽ സന്നദ്ധപ്രവർത്തകരും അംഗമായിക്കൊണ്ടിരുന്നു. ലോകത്തിലെ ആദ്യത്തെ ഗുഹാസംരക്ഷണ സംഘടനയായി അറിയപ്പെടുന്നത് ബട്ട്ലർ കേവ് കൺസർവേഷൻ സൊസൈറ്റി (BCCS) ആണ്.

കേവ് ഡൈവിങ്

സമുദ്രഗുഹകളിൽ ഗവേഷണം നടത്തുന്ന രീതിയാണ് കേവ് ഡൈവിങ്. പൂർണമായോ ഭാഗികമായോ വെള്ളത്തിൽ മുങ്ങിക്കിടക്കുന്ന ഗുഹകളിലാണ് ഇത് പരീക്ഷിക്കാറ് പതിവ്. മികച്ച പരിശീലനം ഇതിന് ആവശ്യമാണ്. പകുതിയോളം വെള്ളത്തിൽ മുങ്ങിക്കിടക്കുന്ന ഗുഹകളുടെ ആന്തരികഘടന മനസിലാക്കാനുള്ള ആകാംക്ഷയത്രെ ഇതിനു പിന്നിലുള്ളത്. അമേരിക്കയിലും ബ്രിട്ടനിലുമാണ് കേവ് ഡൈവിങ് ഫലപ്രദമായി നിലനിൽക്കുന്നത്. മറ്റു ഗുഹാഗവേഷണങ്ങളിൽനിന്ന് ഏറെ

കേവ് ഡൈവിങ്

വ്യത്യസ്തവും അപകടം നിറഞ്ഞതുമായ രീതിയാണിത്. സുരക്ഷാസംവിധാനങ്ങളുടെ അഭാവത്താൽ നിരവധിയാളുകൾക്ക് ഇതുവഴി മരണം സംഭവിച്ചിട്ടുണ്ട്. ഇന്നത്തെ പുതുസജ്ജീകരണങ്ങൾ ഏറക്കുറെ മെച്ചപ്പെട്ട രീതിയിലായതിനാൽ കൂടുതൽ പേർ വന്നുകൊണ്ടിരിക്കുന്നു, ഈ മേഖലയിൽ.

കൂട്ടായ്മകൾ

ഇന്ന് മികച്ച പരിശീലനം ലോകത്തിന്റെ വിവിധ ഭാഗങ്ങളിൽ നൽകി വരുന്നുണ്ട്. അമേരിക്കയിലെ നോർത്ത് ഫ്ളോറിഡ, മെക്സിക്കോയിലെ യുകാട്ടൻ പെനിൻസുല, ഗ്രാന്റ് ബർമ, ഐസ്ലാന്റ് തുടങ്ങിയവ പ്രധാനപ്പെട്ട കേവ് ഡൈവിങ് മേഖലകളാണ്. ചില സംഘടനകളും ഈ മേഖലയിൽ പ്രവർത്തിക്കുന്നു. ആസ്ട്രേലിയയിലെ CDAA (കേവ് ഡൈവിങ് അസോസിയേഷൻ ഓഫ് ആസ്ട്രേലിയ), CDGC (കേവ് ഡൈവിങ് ഗ്രൂപ്പ്) ബ്രിട്ടൻ എന്നിവ ഉദാഹരണം.

ഒരു ഗ്രന്ഥവും

ബേസിക് കേവ് ഡൈവിങ്
എന്ന പുസ്തകത്തിന്റെ പുറംചട്ട

ലോകമാകെയുള്ള കേവ് ഡൈവർമാരുടെയും ഗവേഷകരുടെയും പ്രശംസയേറ്റുവാങ്ങിയ ഒരു ഗ്രന്ഥവും ഈ മേഖലയിൽ ഉണ്ടായിട്ടുണ്ട്. അമേരിക്കക്കാരനായ ഷേയ്ക്ക് എക്സ് ലെയ്സ് രചിച്ച *ബേസിക് കേവ് ഡൈവിങ്*. ബ്ലൂപ്രിന്റ് ഫോർ സർവൈവൽ കേവ് ഡൈവിങ്ങിന്റെ സുരക്ഷയ്ക്കുവേണ്ടി പ്രത്യേകരൂപരേഖയും നിർദേശങ്ങളും ഇതിൽ പ്രതിപാദിച്ചിട്ടുണ്ട്. ഡൈവിങ് വേളയിൽ വെളിച്ചത്തിന്റെ ക്രമീകരണം, വായുവിന്റെ വരവും പോക്കും, നീന്തലിനെക്കുറിച്ചുള്ള സുരക്ഷിതമായ ഐഡിയകൾ, കൂട്ടുകാർക്ക് ജലാന്തർഭാഗത്തും ഗുഹകളിലും അംഗവിക്ഷേപങ്ങളിലൂടെ ആശയങ്ങളും നിർദേശങ്ങളും കൈമാറൽ, ശരീരത്തിൽ നടത്തേണ്ട ക്രമീകരണങ്ങൾ, സുരക്ഷിതമായ ഗവേഷണം നടത്തി വിവരങ്ങൾ ശേഖരിക്കുന്നതിനുള്ള മറ്റു മാർഗങ്ങൾ എന്നിവ ഗ്രന്ഥത്തിൽനിന്നും ലഭിക്കുന്നു. കേവ് ഡൈവേഴ്സിന്റെ മാനിഫെസ്റ്റോ ആയി ഈ പുസ്തകം ലോകമാകെ വിറ്റഴിയുകയും ചെയ്യുന്നുണ്ട്.

ഖനനം ചെയ്തും ഗുഹയ്ക്കകത്ത്...

ഗുഹകളുടെ ആന്തരികഘടനയും ഭൂമിശാസ്ത്രപരമായ പ്രത്യേകതകളും മനസിലാക്കുന്നതിന് ഗുഹകളുടെ അകത്തേക്കു പ്രവേശിക്കുന്ന രീതിയാണ് ഗുഹാഖനനം. പുതിയതായി കണ്ടെത്തുന്ന ഗുഹകളുടെ മുഖം ചില സന്ദർഭങ്ങളിൽ ഏറെ ഇടുങ്ങിയതും പാറകൾകൊണ്ടും മണ്ണുകൊണ്ടും മൂടപ്പെട്ടിട്ടുണ്ടാകും. ഇവയ്ക്കകത്തേക്കു കടക്കാൻ പ്രയാസ

മായിരിക്കുമല്ലോ. ഈ സാഹചര്യത്തിൽ മുന്നേറുന്നതിന് ഖനനം ആവശ്യമായി വരുന്നു. പർവതനിരകളിലും താഴ്‌വരകളിലും ശിലാപാളികളിലും ഖനനം നടക്കുന്നു. വെടിമരുന്നുപയോഗിച്ചും ഡ്രില്ലിങ് മെഷീനുപയോഗിച്ചും ഖനനം സാധ്യമാക്കാറുണ്ട്. ഈ രീതിയാണ് കാപ്പിങ്. ചാർജു ചെയ്ത ബാറ്ററിയും വെടിമരുന്നുമടങ്ങിയ ഈ ഡ്രില്ലിങ് മെഷീൻ ഖനനത്തിനുപയോഗിക്കുന്നതാണ്. ആധുനികരീതി. അത്രതന്നെ കടുപ്പമില്ലാത്ത പാറക്കൂട്ടമാണെങ്കിൽ മനുഷ്യപ്രയത്നത്താൽ തന്നെ ഗുഹാമുഖം ആവൃതമാകുന്നു. ഇങ്ങനെയുള്ള ഖനനം പൊതുവെ സാഹസികമാണ്. എങ്കിലും ചില സന്ദർഭങ്ങളിൽ അപകടം നിറഞ്ഞതുമാണ്. കൂടുതൽ ഉറപ്പുള്ള പാറക്കൂട്ടങ്ങൾ പുറത്തേക്കു തള്ളിനിൽക്കുമെങ്കിൽ ഖനനം ഏറെ ക്ലേശമുള്ളതുമാകും.

9

ഗുഹാജീവികൾ

പുരാതന മനുഷ്യന്റെ ജീവിതരീതികളും സംസ്കാരവും നമുക്ക് കാണിച്ചുതരുന്നതിൽ ഗുഹകൾ വലിയ പങ്കാണുവഹിക്കുന്നത്. ആദ്യകാല ജീവിതത്തിന്റെ നേർക്കാഴ്ചകളായ ഗുഹകൾ ഇന്ന് വിനോദസഞ്ചാരത്തിനും ഗവേഷണത്തിനുമായി തുറന്നിട്ടിരിക്കുകയാണ്. പഴയകാലം നമ്മളിൽ പുതിയ അറിവുകൾ പ്രദാനം ചെയ്യുന്നു. ഇന്ന് കൃത്രിമമായ സൗകര്യങ്ങളാണ് ഗുഹകളിലുള്ളത്. അതുകൊണ്ടുതന്നെ ഗുഹകളുടെ സ്വാഭാവികരീതി തന്നെ ഇല്ലാതായിക്കൊണ്ടിരിക്കുന്നു. ഗുഹകൾകൊണ്ട് പുരാവസ്തുപരവും സാമൂഹികപരവുമായ പ്രാധാന്യത്തിലുപരിയായി മറ്റുചില ഉപയോഗങ്ങൾ കൂടിയുണ്ട്. ജലവിതരണം, തണുപ്പിക്കൽ, ശീതസംഭരണം എന്നീ പ്രക്രിയകൾ യൂറോപ്യൻ രാജ്യങ്ങളിൽ ഗുഹകൾകൊണ്ടു സാധ്യമാകുന്നു.

സൗത്ത് വെസ്റ്റേൺ വിർജീനിയയിൽ സതേൺ റെയിൽവേക്കാർ ഗുഹകളെ ഭൂഗർഭറെയിൽവേ ആക്കി ഉപയോഗിച്ചുവരുന്നു. പലതരത്തിലുള്ള പക്ഷികളുടെ ആവാസകേന്ദ്രമായ ഗുഹകളിൽനിന്ന് അവയുടെ വളക്കൂറുള്ള കാഷ്ഠം ശേഖരിക്കാറുണ്ട്. കൂടാതെ ഗുഹകളിൽ കൂടുകൂട്ടുന്ന ചിത്രകൂടൽശരപ്പക്ഷികളുടെ കൂട് വിശേഷപ്പെട്ടയിനം സൂപ്പുണ്ടാക്കാനും ആളുകൾ ഉപയോഗിക്കാറുണ്ട്. ഗുഹകൾ വീടാക്കിയ ആയിരക്കണക്കിന് വവ്വാലുകളുടെ കാഷ്ഠമാണ് കർഷകർ ശേഖരിക്കുന്നത്. അമേരിക്കയിലും മെക്സിക്കോയിലും ഇതിനായി ഗുഹകൾ ഖനനം ചെയ്യാറുമുണ്ട്.

ഗുഹാ ജീവശാസ്ത്രം

ജന്തുജാലങ്ങളെക്കുറിച്ചുള്ള പഠനശാഖകളിൽ ശ്രദ്ധേയമായ ഇനമാണ് 'കേവ് ബയോളജി' എന്ന, ഗുഹകളിലെ ജീവജാലങ്ങളെക്കുറിച്ചും

പാരിസ്ഥിതികമായ ഏകത്വത്തെക്കുറിച്ചും പഠിക്കുന്ന ശാഖ. ഈ പഠനം ആരംഭിക്കുന്നത് 17-ാം നൂറ്റാണ്ടിന്റെ ആരംഭത്തോടുകൂടിയാണ്. ഈ ശാഖയ്ക്ക് ചില പ്രത്യേകതകൾ കൂടിയുണ്ടു കേട്ടോ....

ഏറ്റവും ചെറിയ ജീവശൃംഖലയാണ് ഗുഹയ്ക്കുള്ളിൽ കാണപ്പെടുന്നത്. ഹരിതസസ്യങ്ങൾ ഇവിടെ തീരെ വളരുന്നില്ല. കാരണം ഗുഹയ്ക്കുള്ളിലെ ഇരുട്ടും സൂര്യപ്രകാശമില്ലായ്മയും കാലാവസ്ഥയും തന്നെ. 'കേവർ നിക്കോൾസ്' എന്നാണ് ഗുഹാജീവികളെ പരിചയപ്പെടുത്തുന്നത്. ഇവയ്ക്ക് പരിണാമങ്ങൾ വിരളമായേ സംഭവിക്കുന്നുള്ളൂ. കാരണം, വ്യത്യസ്തമായ സാഹചര്യങ്ങൾതന്നെ. വെള്ളപ്പൊക്കത്തിന്റെ ഫലമായി ഗുഹകളിലേക്ക് അടിച്ചുകയറുന്ന സസ്യങ്ങളുടെയും ചെറുജീവികളുടെയും മറ്റും അവശിഷ്ടങ്ങളത്രെ ഗുഹാജീവികളുടെ ആഹാരം. വവ്വാലുകളും ചീവിടുകളും കൊണ്ടുവരുന്ന ആഹാരാവശിഷ്ടങ്ങളും ഗുഹാന്തർഭാഗത്തെ ആഹാരശൃംഖലയുടെ ഘടകമാണ്.

ഗുഹാ വവ്വാലുകൾ

ഗുഹകളിൽ കാണപ്പെടുന്ന ജീവജാലങ്ങളെ മൂന്നായാണ് വർഗീകരിച്ചിട്ടുള്ളത്. ട്രോഗ്ലോബൈറ്റ്സ് (Troglobites), ട്രോഗ്ലോഫൈൽസ് (Troglophiles), ട്രോഗ്ലോക്സൻ (Trogloxen) എന്നിങ്ങനെയാണത്.

ട്രോഗ്ലോബൈറ്റ്സ് ഗുഹകളിലെ ഇരുണ്ടഭാഗങ്ങളിൽ കണ്ടുവരുന്ന സ്ഥിരം ജീവികളാണിത് ഉറുമ്പുകൾ, കൃമികൾ, ചിലന്തികൾ തുടങ്ങിയവ ഉദാഹരണം. കാഴ്ചശക്തി ഇവയ്ക്ക് അത്രതന്നെ ഉണ്ടായിരിക്കില്ല. ഗുഹകളുടെ പരിസ്ഥിതിയുമായി പെട്ടെന്നുതന്നെ ഇണങ്ങിച്ചേരാൻ ഇവയ്ക്ക് കഴിയും. ഗന്ധവും സ്പർശനവും തിരിച്ചറിയുവാനുള്ള സവിശേഷസിദ്ധിയും ഇവയുടെ പ്രത്യേകതയാണ്.

ട്രോഗ്ലോഫൈൽസ് ഗുഹയിലെ സ്ഥിരം താമസക്കാരാണെങ്കിലും ആഹാരാവശ്യത്തിനും മറ്റുമായി ചില സന്ദർഭങ്ങളിൽ ഗുഹ വിട്ട് പുറത്തിറങ്ങുന്ന വിഭാഗമാണിത്. സിംഹം, കടുവ, മുതലകൾ ഉദാഹരണം. ഗുഹയിലെ ഇരുട്ടിൽ കഴിയുമെങ്കിലും ആഹാരത്തിന് കാടുകളിലും ജലാശയങ്ങളിലും അലയുന്നു ഇവ.

ട്രോഗ്ലോക്സൻ ശൈത്യകാലങ്ങളിൽ സുഖനിദ്രയ്ക്കായി ഗുഹകളിലെത്തുന്നയിനം ജീവജാലങ്ങളാണിത്. വവ്വാലുകൾ ഉദാഹരണം. മൂന്നോളം ഇനം വവ്വാലുകൾ ഈ വിഭാഗത്തിലുണ്ടെന്നാണ് ശാസ്ത്രജ്ഞന്മാർ കണ്ടെത്തിയിട്ടുള്ളത്. ഈസ്റ്റേൺ പിപ്പിസ്ട്രെല്ല, മിറ്റിൽ ബ്രൗൺ, നോർത്തേൺ മയോട്ടിസ്. ശൈത്യകാലാരംഭത്തിൽ ഗുഹകളിലെത്തിച്ചേരുന്ന ഈസ്റ്റേൺ പിപ്പിസ്ട്രെല്ല വവ്വാലുകൾ വസന്തം അവസാനിച്ചാൽ ഗുഹവിടും. ശൈത്യകാലത്ത് ഗുഹയിലെത്തുന്ന ബ്രൗൺ വവ്വാലുകൾ നൂറോളം എണ്ണം ചേർന്ന് കൂട്ടമായാണ് ഉറങ്ങുന്നത്. ചെറിയ സംഘമായും ഒറ്റയായും ഗുഹകളിലെത്തുന്നയിനമാണ് നോർത്തേൺ മയോട്ടിസ് വിഭാഗം.

ലേലം വിളിക്കുന്ന ഗുഹ!

ഗുഹാവാസികളിൽ ലക്ഷക്കണക്കിനു രൂപ വിലയുള്ള ഒരു പക്ഷിയുണ്ട്. ചിത്രകൂടൻശരപ്പക്ഷി. ഇവയുടെ നൂറുകണക്കിനു കൂടുകൾ തൂങ്ങുന്ന ഗുഹയാണ് ബോർണിയോ ദ്വീപിലുള്ളത്. വലുപ്പംകൊണ്ട് ലോകത്തിലെ മൂന്നാമത്തെ ദ്വീപായ ബോർണിയോ, ശാന്തസമുദ്രത്തിൽ ഫിലിപ്പീൻസിന്റെ തെക്കുപടിഞ്ഞാറായാണ് സ്ഥിതിചെയ്യുന്നത്. ഇവിടുത്തെ ഗുഹകളാണ് ലേലം വിളിക്കുന്നത്. ചുള്ളിക്കമ്പും നാരുമുപയോഗിച്ചാണല്ലോ പക്ഷികൾ കൂടുണ്ടാക്കുന്നത്. എന്നാൽ ശരപ്പക്ഷികൾക്ക് സ്വന്തം നാവിൽനിന്ന് ഊറിവരുന്ന ഉമിനീരാണ് കൂടുണ്ടാക്കാനുള്ള അസംസ്കൃതവസ്തു. ചായക്കപ്പുപോലുള്ള കൂടുകൾ വീഴാത്ത രീതിയിൽ ഇവ ഗുഹാഭിത്തികളിൽ ഉണ്ടാക്കുന്നു. ഈ കൂടുകൾക്കുവേണ്ടിയാണ് വ്യാപാരികൾ ഗുഹ ലേലം വിളിച്ചെടുക്കുന്നത്.

വെളുത്തനിറമുള്ള കൂട് പകുതിയിലേറെയും ഉമിനീരാണ്. ഈ കൂടുകൊണ്ടുള്ള സൂപ്പിന് വൻ ഡിമാന്റാണ് ചൈനയിലും ഹോങ്കോങ്ങിലുമെല്ലാം. ലേലം വിളിച്ചവർ കൂടുകൾ പറിച്ചെടുത്ത് കയറ്റി അയയ്ക്കും. പക്ഷികൾ പിന്നെയും ഉണ്ടാക്കും കൂട്. അതും പറിച്ചെടുക്കപ്പെടും. എന്നാൽ മൂന്നാമത്തെ കൂട് വ്യാപാരികൾ പറിച്ചെടുക്കാതെ ശരപ്പക്ഷികൾക്ക് മുട്ടയിടാനും കുഞ്ഞുങ്ങളെ വിരിയിക്കാനും വേണ്ടി കാത്തിരിക്കും. കാരണം മൂന്നാമത്തെ കൂടും നഷ്ടപ്പെട്ടാൽ പക്ഷികൾ ഗുഹ ഉപേക്ഷിച്ചുപോകും. അപ്പോൾ ലേലംകൊണ്ട പൈസ മുതലാകില്ലല്ലോ!

ഇതിന് അത്രരുചിയൊന്നുമില്ലെങ്കിലും പക്ഷിക്കൂട് സൂപ്പ് ഔഷധഗുണമുള്ളതെന്നാണ് വിശ്വാസം. ഇതിന് ശാസ്ത്രീയാടിത്തറയൊന്നുമില്ല കേട്ടോ... തെക്കുകിഴക്കൻ ഏഷ്യൻ രാജ്യങ്ങളിൽ പക്ഷിക്കൂടുസൂപ്പിന് വലിയ പേരും പെരുമയുമാണ്. ഹോങ്കോങ്, ഇന്തോനേഷ്യ, മലേഷ്യ, മ്യാൻമർ, ഇന്ത്യയുടെ തെക്കൻ ഭാഗങ്ങൾ, സിംഗപ്പൂർ, വിയറ്റ്നാം, ശ്രീലങ്ക, തായ്‌ലാന്റ് എന്നീ രാജ്യങ്ങളിൽ നിന്നെല്ലാം പക്ഷിക്കൂടുകൾ കയറ്റിയയക്കപ്പെടുന്നുണ്ട്.

ഗുഹാസ്കൂൾ

സ്കൂളും മറ്റു കലാലയങ്ങളും എവിടെയാണ് നിർമിക്കാറ്? സംശയമില്ല, വിശാലമായ സ്ഥലത്തുതന്നെ. എന്നാൽ ശരിക്കുമൊരു ഗുഹയിൽ പ്രവർത്തിക്കുന്ന സ്കൂൾ ഉണ്ടെന്നു കേൾക്കുമ്പോഴോ? തെക്കുപടിഞ്ഞാറൻ ചൈനയിലെ ഒരു കൊച്ചുഗ്രാമത്തിലാണീ ഗുഹാവിദ്യാലയം സ്ഥിതിചെയ്യുന്നത്. മിയാവു എന്നുപേരുള്ള ഗ്രാമത്തിൽ മനോഹരവും വിശാലവുമായ ഒരു പ്രകൃതിദത്ത ഗുഹയുണ്ട്. അതിനകത്ത് ബ്ലാക്ബോർഡും ബഞ്ചും ഡസ്കും മേശയുമൊക്കെയായി സ്കൂൾ തകൃതിയായി ഇന്നും മുടക്കമില്ലാതെ നടന്നുപോരുന്നു. ശരിക്കും പ്രകൃതിയുടെ മേൽക്കൂരയ്ക്കുകീഴിലുള്ള ആ സ്കൂളിൽ പഠിക്കാൻ എന്തു രസമായിരിക്കും അല്ലേ?

10

ഗുഹാലോകത്തുനിന്നുള്ള നുറുങ്ങറിവുകൾ

- **ആ**ധുനിക ഗുഹാപഠനശാഖയുടെ പിതാവായി അറിയപ്പെടുന്നത് ഫ്രഞ്ചുകാരനായ എഡ്വേർഡ് ആൽഫ്രഡ് മാർട്ടെൽ.
- പ്രസിദ്ധമായ തോവ-ബോറാഗുഹകൾ അഫ്ഗാനിസ്ഥാനിൽ സ്ഥിതി ചെയ്യുന്നു.
- ചരിത്രാതീതകാലത്തെ ഗുഹാചിത്രങ്ങൾകൊണ്ട് ലോകപ്രസിദ്ധ മായ ഗുഹയാണ് ഫ്രാൻസിലെ ലാസ്കോക്സ് ഗുഹ.
- ഗുഹയ്ക്കകത്തെ ചുമരുകളിൽ കൊത്തുപണികളാലുള്ള ചിത്രങ്ങൾ പെട്രോഗ്ലിഫ്സ് എന്നറിയപ്പെടുന്നു.
- രണ്ടാം ലോകയുദ്ധക്കാലത്ത് നാസികളിൽനിന്ന് രക്ഷപ്പെടാൻ ജൂത ന്മാർ ഒളിച്ചു പാർത്തത് ഉക്രയിനിലെ പ്രീസ്റ്റ്സ് ഗ്രോട്ടോ ഗുഹയി ലായിരുന്നു.
- ഫാഹിയാൻ ഗുഹകൾ ശ്രീലങ്കയിലാണ്.
- പരിശുദ്ധ ഖുർ-ആൻ ഇറങ്ങിയ ഗുഹയാണ് സൗദ്യ അറേബ്യയിലെ ജബലുന്നൂറി (പ്രകാശത്തിന്റെ പർവതം)ലെ ഹിറാഗുഹ.
- ഗുഹകളെക്കുറിച്ചുള്ള പഠനം സ്പീലിയോളജി എന്നറിയപ്പെടുന്നു.
- ലോകത്തിലെ ഏറ്റവും നീളമേറിയ ഗുഹ അമേരിക്കയിലെ കെന്റ ക്കിയിലുള്ള മാമത്ത് ഗുഹ. ഇതിന്റെ നീളമെത്രയെന്നോ 591 കിലോ മീറ്റർ.
- ഏറ്റവും ആഴമേറിയ ഗുഹ, 2191 മീറ്റർ ആഴമുള്ള വൊറോന്യഗുഹ ജോർജിയയിലാണ്.
- അമേരിക്കയിലെ സൗത്ത് ഡാക്കോട്ടയിലുള്ള ഗുഹയാണ് പ്രസിദ്ധ

മായ ജൂവൽഗുഹ.

- മഹാറാണി ഗുഹകൾ ഇന്തോനേഷ്യയിൽ സ്ഥിതിചെയ്യുന്നു.
- കേവ് ഓഫ് ലെറ്റേഴ്സ് എന്ന ഗുഹ പലസ്തീനി (ഇസ്രയേൽ)ലാണ്.
- കാഴ്ചഭംഗികൊണ്ട് സഞ്ചാരികളെ ആകർഷിച്ചുകൊണ്ടിരിക്കുന്ന ഗുഹയാണ് അമേരിക്കയിലെ ലെക്കുഗ്വില്ലാഗുഹ.
- കോംഗോഗുഹ ദക്ഷിണാഫ്രിക്കയിലാണ്.
- സെവൻസ്റ്റാർ ഗുഹകൾ ചൈനയിലാണ്.
- ലെബനാക്കിലെ ജെയ്റ്റാഗുഹ ഏഷ്യയിലെ പ്രസിദ്ധ വിനോദസഞ്ചാരകേന്ദ്രങ്ങളിൽപ്പെടുന്നു.
- വിനോദസഞ്ചാരികളുടെ സ്വപ്നഗുഹയത്രെ ന്യൂസിലന്റിലെ കത്തീഡ്രൽഗുഹ.
- നാൽപ്പതിനായിരം വർഷത്തെ പഴക്കമുള്ള മനുഷ്യാവശിഷ്ടങ്ങൾ കണ്ടെത്തിയ ഗുഹയാണ് മലേഷ്യയിലെ നിയാഗുഹ.
- ഗുഹകൾക്കുള്ളിലെ ജലജീവികളെ സ്റ്റൈഗോബൈറ്റുകൾ എന്നു പറയുന്നു.
- ഗുഹകൾക്കകത്തുമാത്രം കഴിയുന്ന ജീവജാലം ട്രോഗ്ലോബൈറ്റുകൾ എന്നാണ് അറിയപ്പെടുന്നത്.
- അമേരിക്കയിലുള്ള മറ്റു പ്രശസ്ത ഗുഹകളാണ് എയ്പ്, ബാറ്റ് എന്നിവ.
- ബുദ്ധമതവുമായി ബന്ധപ്പെട്ട ഗുഹകളാണ് ഇന്ത്യയിലെ അജന്ത ഗുഹകൾ.
- 29 ഗുഹകളുള്ള അജന്ത, പാറതുരന്നാണ് ഉണ്ടാക്കിയിട്ടുള്ളത്.
- മലതുരന്നുണ്ടാക്കിയ 34 ഗുഹകളാണ് എല്ലോറയിലേത്.
- ഭാരതത്തിലെ രാഷ്ട്രകൂടവംശ ഭരണകാലത്തായിരുന്നു എല്ലോറ ഗുഹകൾ ഉണ്ടായത്.
- ഗുഹകളുടെ നഗരം എന്നറിയപ്പെടുന്നത്, മുംബൈയ്ക്കു സമീപമുള്ള ദ്വീപിലെ എലിഫെന്റാ ഗുഹാപ്രദേശമാണ്.
- പാറതുരന്ന് നിർമിക്കപ്പെട്ടവയിൽ ഏറ്റവും പഴയത് ബീഹാറിലെ ബരാബർ ഗുഹയാണ്.
- വയനാട്ടിലെ അമ്പുകുത്തിമലയിൽ സ്ഥിതിചെയ്യുന്ന എടയ്ക്കൽ ഗുഹ ചരിത്രപ്രസിദ്ധമാണ്.
- ലീഫോക്ക് സൃഷ്ടിച്ച ഫാന്റം എന്ന കഥാപാത്രത്തിന്റെ വാസസ്ഥലമാണ് തലയോട്ടിഗുഹ.

- തിരമാലകളുടെ പ്രവർത്തനഫലമായി കടൽത്തീരങ്ങളിൽ രൂപം കൊള്ളുന്നതാണ് സമുദ്രഗുഹകൾ.
- മനുഷ്യാവശ്യങ്ങൾക്കു നിർമിക്കപ്പെട്ടതോ പ്രകൃത്യാലുള്ളതോ ആയ ഗുഹകൾ ഗ്രോട്ടോസ്.
- രക്തദാഹിയായ ഡ്രാക്കുളയുടെ നാടായ റുമേനിയയിൽ എത്രഗുഹകളുണ്ടെന്നോ? ചെറുതും വലുതുമായി പന്ത്രണ്ടായിരത്തിലധികം ഗുഹകൾ.
- വടക്കേ അമേരിക്കയിലെ കാൾസ്ബാഡ് ഗുഹകൾക്ക് ഏകദേശം ആറുകോടിവർഷം പഴക്കമുണ്ടത്രെ.
- സീലയൺകേവ് വടക്കേ അമേരിക്കയിലാണ്. കടൽസിംഹങ്ങളുടെ ഇഷ്ടതാവളം കൂടിയാണിത്.